व्यंकटेश माडगूळकर

रानमेवा

मेहता पब्लिशिंग हाऊस

Please contact us at **Mehta Publishing House,** Pune.
✆ +91 020-24476924 / 24460313
Email : production@mehtapublishinghouse.com
Website : www.mehtapublishinghouse.com

RANMEVA by VYANKATESH MADGULKAR

रानमेवा । कथासंग्रह

व्यंकटेश माडगूळकर

Email : author@mehtapublishinghouse.com

© ज्ञानदा नाईक

मराठी पुस्तक प्रकाशनाचे हक्क मेहता पब्लिशिंग हाऊस, पुणे.

प्रकाशक : सुनील अनिल मेहता, मेहता पब्लिशिंग हाऊस,
१९४१, सदाशिव पेठ, माडीवाले कॉलनी, पुणे - ३०.

अक्षरजुळणी : इफेक्ट्स, २१/६ब, आयडिअल कॉलनी, कोथरूड, पुणे - ३८.

मुखपृष्ठ मांडणी : चंद्रमोहन कुलकर्णी

मुखपृष्ठावरील
लेखकाचे छायाचित्र : शेखर गोडबोले

प्रकाशनकाल : ५ एप्रिल, २०१० /
मेहता पब्लिशिंग हाऊस यांची दुसरी आवृत्ती : मे, २०१२ /
एप्रिल, २०१३ / पुनर्मुद्रण : ऑक्टोबर, २०१७

P Book ISBN 9788184983661
E Book ISBN 9789387319240
E Books available on : play.google.com/store/books
https://www.amazon.in/b?node=15513892031

मनोगत

५ एप्रिल हा तात्यांचा – व्यंकटेश माडगूळकरांचा जयंतीचा दिवस. काही सहृद, चाहते, रसिक, प्रियजन यांनी मिळून 'व्यंकटेश माडगूळकर प्रतिष्ठान'ची स्थापना केली आणि माणदेशी माणसांचा पहिला दिमाखदार सोहळा ५ एप्रिल, २००४ रोजी केला. तात्यांची काही स्वप्नं साकार करण्यासाठी होतकरू तरुण चित्रकार, निसर्गप्रेमी लेखक यांना मदतीचा हात मिळावा म्हणून व्यंकटेश माडगूळकर प्रतिष्ठान तेव्हापासून कार्यरत आहे. प्रस्तुत कथा संकलन हा त्याचाच एक भाग आहे. प्रतिष्ठानच्या कार्यक्रमांसाठी लोकांचा उत्साह अमाप असतो. वाचकांचा उदंड प्रतिसादही असतो, हे मुद्दाम नमूद करते. २८ ऑगस्ट, २००१ रोजी तात्या गेले. त्यानंतरची काही वर्षं तशीच गेली. दुःख, वेदनांचा ताण सैलावला. त्यांच्या काही अप्रकाशित साहित्याचा शोध घेताना पण फारसे काही हाती लागले नाही. त्यांच्या स्वभावानुसार त्यांनी वाचकांना सर्व काही भरभरून दिले, जे थोडं मिळालं, त्यात काही विस्मृत पण अविस्मरणीय कथांची भर घातली आणि हिरव्या बोलीसारख्या टवटवीत कथा त्यांच्या चाहत्यांसाठी देण्याचा आम्ही संकल्प केला.

'भूतकाळाकडे पाहणाऱ्या दुर्बिणीचे आटे फिरवून तो काळ हात-अंतरावर आणला, तर मला असे दिसून येते की, मी कोणीही नसताना मी कोणीतरी वेगळा आहे, असे मला फार तीव्रतेने वाटत होते...' असे आपल्या लेखनाबद्दल प्रेरणा तपासताना तात्यांना म्हणजे व्यंकटेश माडगूळकर यांना वाटले. त्यांचे हे वेगळेपण शोधायचा प्रयत्न करावा, असे त्यांची मुलगी म्हणून, त्यांच्या लेखनाची निस्सीम चाहती म्हणून मला नेहमी वाटत आले. त्यांचे चौफेर, बहुविध, शतरंगी साहित्य आणि जीवन याकडे कुतूहलाने पाहणे हा माझा प्रेमाचा, ध्यासाचा, छंदाचा विषय आहे. पण त्यावर भाष्य करावे, असे सामर्थ्यही माझ्या ठायी नाही की अधिकारही नाही.

त्यांच्या विपुल साहित्यातून काही अप्रकाशित कथा हाती लागल्या. 'माझ्या लिखाणामागची कळसूत्रे,' हा लेखही मिळाला. तेव्हा त्यांच्या पहिल्या-वहिल्या कथेची 'काळ्या तोंडाची' या कथेची आठवण झाली. वयाच्या एकोणिसाव्या वर्षी त्यांनी लिहिलेल्या कथेला पुन्हा वाचकांसमोर आणावं अशी कल्पना आली.

तात्यांचा लेखन प्रवास जसा घडत गेला, तसा त्यांच्या पुस्तकातील व्यंगचित्रे, निसर्गवाचन, घराकडील गोष्टी, जंगलातले दिवस असे वर्गीकरण आढळते. पण त्यांच्या लेखनाचे सातत्य, वैविध्य इतके होते की, या वर्गीकरणाच्या बाहेर काही गोष्टी उरल्या. 'मौजे'च्या फेब्रुवारी, १९६५च्या अंकातली 'सुरुवातीचे दिवस' ही रचना करुणाष्टकांचे बीज असावी, अशी वाटली.

नाटक, लोकनाट्य, कादंबरी, कथासंग्रह, ललित गद्य, प्रवासवर्णन, आत्मचरित्रात्मक व्यक्तिचित्रे, कथाकथन, संकलित ग्रंथ, चित्रपट, पटकथा हा पसारा विस्मित करणारा आहे.

सांगलीच्या विलिंग्डन महाविद्यालयाचे ग्रंथपाल श्री. यशवंत श्रीपाद रास्ते यांनी अप्रकाशित कथांचा शोध घेण्यास मला मदत केली. हिंदी, इंग्रजी, उर्दू, डॅनिश, जर्मन, कन्नड, रशियन अशा देशीविदेशी भाषांतून तात्यांचे साहित्य प्रसिद्ध झालेले आहे. चित्रकला, शिकार, अनुवाद, रेखाटनं, सदर लेखन, भाषणे अशा विविध विषयांना त्यांच्या साहित्यात सामावून घेतलेलं आहे.

प्रस्तुत संकलनात त्यांच्या अप्रकाशित कथा समाविष्ट आहेत. काही फार जुन्या पुस्तकातल्या आहेत, तर काही मला आवडलेल्या आहेत. रसिक, अभ्यासक, समीक्षक, साहित्यिक यांच्या प्रेमाला, समीक्षेला सामोरं जाऊन त्यांचं साहित्य काळाच्या कसोटीवर उभं आहे. त्यात प्रस्तुत संकलनाची भेट आवडावी, अशी आहे.

'आळ' या कथेतलं उत्कंठावर्धक नाट्य, लहानशा गावातलं सामाजिक न्यायाचं, नीतीचं दर्शन अल्पाक्षरी साहित्याचा नमुना वाटावा. त्यात नाट्य, चित्र, सस्पेन्स तात्यांच्याच शब्दांत सांगायचं तर... 'काही वेळा कथेचं अगदी लहान बीज मनात येऊन पडते. पिंपळाच्या बीजासारखे. अशी बीजे नेहमी पडत असतात, पण त्यातलं गवताचे कोणते आणि पिंपळाचे कोणते, हे मात्र नेमके कळत नाही, पण पुढे जो विस्तीर्ण अश्वत्थ वृक्ष होणार असतो, त्याच्या पानाची नुसती गंभीर सळसळच ऐकू येते....'

त्या अश्वत्थाची गंभीर सळसळ त्यांनी कशी ऐकली असेल, याची आपण कल्पनाही करू शकत नाही. पण किन्हई, कुंडल व माडगूळच्या माणदेशी खेड्यातलं मानवी जीवनाचं नाट्य या लहानशा कथेत कसं उतरलं असेल, याचा वेध घ्यावासा वाटतो. गावातल्या एका निराधार तरुण स्त्रीवर अत्याचाराचा गंभीर प्रसंग येतो. गरोदर जानकाला गावातल्या पंचांसमोर उभं राहावं लागतं. त्या व्यक्तीचं नाव सांगायचा आग्रह होतो. ती नाव घेते एका भजनीबुवाचं. आदर्श, सत्पुरुष मानल्या गेलेल्या माणसाचं. गाव हादरतं. जानकाला आधार मिळावा, असा निवाडा होतो. बुवा तो मान्य करतात. पण इथे कथा संपत नाही... सत्य सांगण्यास जानकाच पुढे येते आणि नाट्यमय प्रसंगाने त्याचा निवाडा होतो.

अशा कथेतल्या सामाजिक, वैयक्तिक नीतिचं, सत्याचं रूप समोर येताना, तात्यांनी ऐकलेली अश्वत्थाची सळसळ मनात क्षणार्धात येऊन जाते.

नंदीवाला, पारितोषिक, जुगार, शॅम्पेन आणि पुनर्जन्म, भाजीविक्याची गोष्ट, रानमेवा, गोष्ट, इंद्रजाल याबद्दल विस्ताराने सांगावं, असं वाटलं तरी त्या मुळातून वाचाव्यात अशा आहेत. त्यांच्या लेखनाचे, शैलीचे, जीवनाचे, अनुभवाचे संपूर्ण चित्र रेखाटणं अशक्यच आहे.

पुन्हा तात्यांच्या शब्दांतून समारोप करते. *त्यांच्यातला या जगात असणारा माणूस आणि त्यांच्यातला कलावंत सारखे एकमेकांवर उठलेले असतात. 'एकापाशी साधी लाठी असते आणि दुसरा चांगला पंचहत्त्यारी असतो. आणि असे तुंबळ युद्ध चाललेले असे...* एकीकडे या जगातले सुख घ्यावे वाटते. समाधान मिळावे वाटते आणि दुसरीकडे निर्मितीचा धगाटा असतो. त्याला या आहुती द्याव्या लागतात....'

ही त्यांची लढाई मी जवळून पाहिलेली आहे. अनुभवलेली आहे. कलावंत आणि माणूस असे त्यांचे अनेकविध पैलू सांगावेत. पण त्याची ही जागा नाही. त्यांच्या कथेतलं रसरशीत माणूसपण मात्र अनुभवता येईल. त्यासाठीच हा प्रपंच!

५ एप्रिल, २०१० **ज्ञानदा नाईक**

सन्मानपत्र

पुणे विद्यापीठ, पुणे

थोर लेखक श्री. व्यंकटेश माडगूळकर यांना सन्मान्य डी. लिट्. पदवी देताना देण्यात आलेले सन्मानपत्र

माननीय व्यंकटेश माडगूळकर,

गेल्या अर्धशतकाहून अधिक काळापासून आपण एखाद्या दीपस्तंभाप्रमाणे लेखक म्हणून उभे आहात. स्वातंत्र्योत्तर बदलत्या ग्रामीण जीवनाची स्पंदने आपण अतिशय समर्थपणे व्यक्त केली आहेत. आतापर्यंत मराठी साहित्यात खेडे येत नव्हते, असे नाही. परंतु प्रथमत:च अस्सल ग्रामीण वास्तव कलात्मकपणे आपल्या लेखनातून प्रकट झाले आहे. काळीचा रंग-गंध आणि पांढरीची वेदना यातून आपले साहित्य उत्कट झालेले आहे. शेतकऱ्यांबरोबरच खेड्यातील दलित आणि इतर कास्तकरांच्या जीवनाचे आलेख आपण मोठ्या समर्थपणे रेखाटले आहेत. म्हणूनच १९४५नंतर उदयाला आलेल्या 'नवकथे'च्या जडणघडणीत आपला वाटा मोठा ठरतो. आपले चौदा कथासंग्रह प्रसिद्ध झालेले आहेत. त्यातील 'माणदेशी माणसं', 'गावाकडच्या गोष्टी', 'जांभळाचे दिवस', 'हस्ताचा पाऊस' यासारखे आपले कथासंग्रह तर अक्षर वाङ्मयात जमा होतील, असे आहेत.

आपले कादंबरी लेखनही आपल्या वेगळ्या जीवनदृष्टीचा आणि सामर्थ्याचा प्रत्यय देणारे असेच आहे. 'बनगरवाडी', 'सत्तांतर' आणि 'वावटळ' या कादंबऱ्या सीमा पार करून जगातल्या अनेक भाषांमध्ये लोकप्रिय झाल्या आहेत.

चित्रपटाच्या आणि नाटकाच्या क्षेत्रातील आपले कार्यही अतुलनीय असेच आहे. सेऊल येथे झालेल्या आंतरराष्ट्रीय नाट्यमहोत्सवात आपले 'सती' हे नाटक सादर करण्यात आलेले होते. तसेच लेखक म्हणूनही आपणास तेथे निमंत्रित करण्यात आलेले होते. 'तू वेडा कुंभार', 'बिकट वाट वहिवाट', यांसारखी आपली नाटके महत्त्वाची आहेतच. पण, 'बिनबियाचे झाड', या वगनाट्याने महाराष्ट्राच्या कलाजगतात फार मोठी क्रांती केली आहे. लोककलांच्या सामर्थ्यांचा वापर आपण या नाटकात प्रथमत:च केला आहे. ही नवी जाणीव पुढे मराठी भाषेमध्ये विकसित होत गेली. त्याचे श्रेय आपल्याकडेच जाते.

आपले स्तंभलेखन आणि प्रवासवर्णनेही लक्षणीय आहेत. आपल्या

साहित्यातून एक व्यापक आणि प्रगत दृष्टिकोन दिसून येतो, याचे कारण निसर्गाच्या भव्य शाळेत आपण आपले शिक्षण पूर्ण केले हेच असावे. त्यामुळेच सुटा माणूस कधी आपल्या साहित्यातून येत नाही. पशु, पक्षी, ओढे, नाले आणि समग्र निसर्गचित्र आपल्याला महत्त्वाचे वाटते. या 'निसर्गचक्राचा एक भाग म्हणजे माणूस' अशी आपली धारणा आहे. या धारणेतूनच आपली अरण्यचिंतने आपणास विश्वचिंतनाकडे घेऊन जातात. आपल्या व्यक्तिमत्त्वाच्या या वेगळेपणामुळेच आपण केवळ लेखक राहिला नाहीत, तर मराठी संस्कृतीचे अविभाज्य घटक झाला आहात. हे भाग्य फार थोड्या लोकांच्या वाट्याला येते.

लेखनाबरोबरच आपण आकाशवाणीच्या क्षेत्रात केलेले कार्यही मोलाचे आहे. आकाशवाणीसारखे माध्यम आपण ग्रामीण माणसांपर्यंत नेऊन पोहोचवले. आपल्या या कार्याची 'युनोस्को'सारख्या जागतिक पातळीवरील संघटनेतही दखल घेतली आहे.

आपणास अनेक पुरस्कार प्राप्त झाले. साहित्य अकादमीसारखा साहित्य क्षेत्रातील सर्वोच्च सन्मानही आपणास मिळाला. महाराष्ट्रात आणि महाराष्ट्राबाहेर झालेल्या अनेक साहित्य संमेलनांचे अध्यक्षस्थान आपण भूषविले आहे. अंबेजोगाई येथे १९८३ साली झालेल्या अखिल भारतीय मराठी साहित्य संमेलनाचेही आपण अध्यक्ष होता.

आपला जन्म १९२७ साली सांगली जिल्ह्यातील माडगूळ या खेड्यात झाला. दारिद्र्याशी झगडताना, आपणास औपचारिक शिक्षण पूर्ण करता आले नाही. मग आपण १९४२च्या स्वातंत्र्य संग्रामात स्वतःस झोकून दिले आणि तीन वर्षांपर्यंत भूमिगत राहिलात.

आपले जीवनभरातील कार्य लक्षात घेऊन, कृतज्ञ भावाने पुणे विद्यापीठ आपल्या सुवर्ण महोत्सवी वर्षात आपणास सन्मान्य डी.लिट्. ही पदवी प्रदान करीत आहे. तिचा स्वीकार करावा, अशी विनंती आहे.

पदवीप्रदान समारंभ : ५ जानेवारी, १९९९.

अनुक्रमणिका

रा न मे वा

माझे सगळे बालपण किन्हई, कुंडल आणि माडगूळ या तीन गावांच्या परिसरात गेले. शाळासोबत्यांच्या बरोबर रानामाळात भटकणे, हा बालपणापासूनचा छंद. या भटकंतीत मिळेल तो रानचा मेवा लुटून खाणे, ही आनंदाची गोष्ट होती. आम्ही काय-काय खात असू, हे आज आठवले म्हणजे अचंबा वाटतो.

माडगूळला पाऊसपाण्याच्या कमतरतेमुळे फळबागा वगैरे नव्हत्याच. त्यामुळे बेत ठरवून एखाद्या बागेवर वानराप्रमाणे धाड घालून काही खाणे शक्य नव्हते.

गावात आणि गावच्या आसपास चिंचांची झाडे पुष्कळ होती. चिंचेच्या आंबटगोड मोहरापासून ते गाभुळल्या चिंचांपर्यंत सर्व, आम्ही पोरे ओरबाडून खात असू. चिंचा, बोरे, जांभळे, उंबरे, कवठे हे खाद्य मुले खातातच; पण पिंपळाची लहान, पिकली पिंपरे कोणी खाईल का? ओढ्याकाठी भला उंच आणि विस्ताराने प्रचंड असा जुनापुराणा पिंपळ होता. तो पिकला की कावळे, रानछड्या, पोपट, साळुंख्या अशा पाखरांची झुंबड डहाळ्यांवर दिसे. वर पाखरे खात आणि खाली ओढ्याच्या मऊ वाळूवर गळून पडलेल्या पिंपरांचा सडा आम्ही पोरे वेचीत असू.

काय खावे आणि काय खाऊ नये, यासंबंधीचे माणसाचे नियम आमच्या हिशेबी नव्हते. गावाभोवती फड्या निवडुंगाची पुष्कळ बेटे माजलेली होती. त्यावर लालभडक, पण बारीक कुसळांनी भरलेली मांसल, रसाळ बोंडे लागत. फडात बेताने शिरून ही बोंडे हस्तगत करणे, ही फार जिकिरीची गोष्ट होती. पण तरवड, निर्गुडी असल्या झाडांच्या एसक्या बनवून आम्ही फडात शिरत असू आणि हातातल्या

काठीने फडे वाकवून एसकीने बोंडे काढीत असू. बोंड मिळाले की, तरवडाच्या डहाळीने त्याची कुसे झाडायची आणि वरची साल अलगद काढून आतला गोड गर खाऊन मोकळे व्हायचे. या खटाटोपात अंगा-पायांत काटे बोचत आणि मोडत. बोटांना कुसळेही लागत.

पण तेवढा ताप आम्ही सोसत असू. मोडलेला काटा काढण्यासाठी 'लाचकण' नावाचा एक लहान चिमटा आणि टोकदार हत्यार रामोश्यांच्या पोरांनी कमरेच्या करदोड्यात सदैव बाळगलेलेच असे. फिरते गाढवी-सोनार किंवा घिसाडी गावात आले की, मापटेचिपटे धान्य आणि जर्मन सिल्व्हरचा पोलादाचा एखादा तुकडा त्यांना दिला, घडीभर त्यांच्यासमोर बसले की, ते हत्यार बनवून देत. रामोश्याप्रमाणे कुणब्यांच्या पोरांनीही हे हत्यार बाळगलेले असे. ते माझ्याही करदोड्यात होते. काटा मोडताच एकमेकांजवळ वानराप्रमाणे बसून आम्ही काटे काढत असू. लाचकणाला दाद न देणारा काटा काढून घेण्यासाठी मात्र नाना न्हाव्याकडे जावे लागे. शिवाय 'काट्याने काटा कसा काढावा', हे कसबही आम्हाला ठाऊक होते.

कडुनिंबाच्या लिंबोळ्या हे काही खाणे नाही. असलेच तर ते कावळ्यांचे, साळुंख्यांचे आहे. पण लिंबोळ्या चांगल्या पिकून पिवळ्या झाल्या आणि त्यांचा सडा निंबाच्या झाडाखाली पडू लागला, म्हणजे पिकल्या गोटी आंब्याप्रमाणे चोखून-चोखून या लिंबोळ्याही आम्ही खात असू. त्या गराची कडू-गोड चव तोंडात बराच वेळ रेंगाळत राही.

लिंबोळ्यांप्रमाणेच गुरवाच्या घरासमोरील बेलावर बेलफळे पिकली म्हणजे त्यावर आमचा डोळा असे. उग्र वास, चिवट-गिळगिळीत रस आणि कसनुशी चव असलेले हे फळ कोणी खाणार नाही; पण आम्हाला चाले.

याशिवाय पिवळ्या दाशाळीची फुले, रानतुळशीची तिखट पाने, नेपतीची तांबडीचुटुक फळे, घाणेरीची जांभळी-काळी – गर थोडा, बी जास्त – अशी फळे हेही आम्ही प्रसंगानुसार खात असू.

शीव सोडून गावात शिरले की, बकऱ्याप्रमाणे आम्ही कशावरही तोंड टाकत असू. जोंधळ्याचे गोड धाट, बाजरीचे कोवळे कणीस, मक्याचे कोवळे कणीस, तूर-मटकीच्या शेंगा, हरबऱ्याचे घाटे, शेंदण्या आणि शेंदाडे, काकड्या, वाळके, गाजरे, रताळे, बाभळीच्या खोडाला आलेला डिंक, जोंधळ्याच्या पानावर पडलेली साखर... यापैकी काहीही, ऋतुकालानुसार आम्ही फस्त करीत असू.

या भ्रमंतीने कधी-कधी राखण नसलेल्या वाड्या-वस्तीवर, गोठ्या छपराच्या दिवाळी कोनाड्यात कोंबडीने घातलेली अंडी चुकून-माकून सापडत. अशा चोरीची अंडी उकळण्याची नामी पद्धत पोरांनी शोधली होती. गुरांचे रानात पडलेले शेण घेऊन त्यात अंडे पुरायचे. वर चघळ टाकून काडी लावायची. अंडी चांगली उकडून

निघत. ती विहिरीच्या पाटात, डोणेत धुवायची आणि सोलून खायची. आज ही पद्धत थोडी गदळ वाटते, पण तेव्हा काही वाटत नसे!

रानात चुकलेली दुभती शेळी पकडून, वडाच्या पानांच्या द्रोणात तिला पिळायचे आणि ते धारोष्ण दूध पिऊन टाकायचे, असाही एक धाडसी प्रकार केव्हा-केव्हा करायला मिळे. चुकार गाई-म्हशींच्या बाबतीत मात्र हे धाडस अंगाशी येई. बिनओळखी हात कासेत येताच ही जनावरे लाथ हाणत. गरीब शेळ्यांपाशी एवढे बळ नसे.

माडगूळच्या मानाने कुंडल हा भाग चांगला सुपीक होता. इथे कैऱ्या, पाडाचे आंबे, गोंदणी, पिकलेली शेंदीची फळे, टमाटे अशी अपूर्वाईची फळे मी पहिल्यांदा खाल्ली. रानातसुद्धा वाटाण्याच्या ओल्या शेंगा, भुईमुगाच्या शेंगा, पुंड्या ऊस असे चोरायला मिळे. पण इथल्या शाळेतले दाभाडे मास्तर फार कडक होते. अंगाने पहिलवानासारखे गलेलठ्ठ, ओठावर मनगटासारख्या मिशा आणि सदा तांबरलेले डोळे. त्यामुळे ते राक्षसगणापैकी वाटत. रूळ आणि बुक्की ही त्यांची आम्हाला मारायची हत्यारे होती. त्यामुळे शाळा चुकवून रानोमाळ किंवा ओढ्या-ओघळींच्या काठाने हिंडणे फार अवघड होते. शिवाय माडगूळप्रमाणे कुणब्या-रामोश्यांची वनविद्येत तरबेज अशी पोरेही इथे नव्हती.

प्राथमिक शाळेतून मी मोठ्या पत्र्याच्या शाळेत येईपर्यंत मला चांगलासा दोस्त नव्हताच. एक कुलकर्ण्यांचा वसंता, एक जोशी मास्तरांचा वसंता, एक इस्त्रायली सालोमन, एक कोकणस्थांत खपवून जावा असा चांभाराचा हरी एवढे दोस्त होते; पण त्यांच्यातल्या कुणाला रानचा वारा माहीत नव्हता.

पत्र्याच्या शाळेत गेलो, तेव्हा मराठी पाचवीच्या वर्गात पवारांचा शामू म्हणून एक बलदंड पोरगा होता. सगळा वर्ग त्याला घाबरून असे.

मधल्या सुट्टीत त्याने मला गाठले आणि धक्का मारून विचारले, ''काय रे भटा, खेळतो का मारामारी?''

प्रसंग बाका होता. कारण शामूची आणि माझी तशी बरोबरी नव्हती. तो चांगला डबल हाडाचा आणि खोंडासारखा रगेल होता, पण मीही गावच्या ओढ्यात झोंबी खेळलो होतो. म्हणालो, ''भीती घालतो काय रे? बघायचं आहे का तुला भटाचं पाणी?''

शामू मनोमनी चमकला. असे उत्तर घेण्याची त्याला सवय नव्हती. म्हणाला, ''शाळा सुटू दे, न्हाई तुझ्या ढेरीतला भात भायेर काढला, तर नावाचा शेम्या न्हाई!''

पाच वाजता शाळा सुटली. पाटी-दप्तर घेऊन पोरे बाहेर पडली. माझे घर फार लांब होते! थोडा जातो न जातो तोवर शाम्या आला. त्याच्या मागोमाग पोरांचा घोळका होता. आल्या-आल्या शाम्याने आपली पुस्तके एका पोराच्या हातात दिली

आणि माझ्यावर दंड थोपटले. जवळच्या दगडी भिंतीवर मी माझी पुस्तकं ठेवली आणि 'मारू किंवा मरू' अशा आवेशाने दोन कोंबडे जसे झुंजतात, तसे आम्ही झुंजू लागलो. लाथा, बुक्क्या, ओरखडे, मी खाली – तो वर, तो खाली – मी वर... दे धमाधम! असा प्रकार पाच-सात मिनिटे झाला. दोघांचेही शर्ट फाटून चिंध्या लोंबल्या, टोप्या धुरोळ्यात उडाल्या. गुडघे फुटले, ढोपर फुटले, अंगे धुळीने भरली. मग धापा टाकत एकमेकांवर तमत आम्ही आमने-सामने उभे राहिलो, तेव्हा शामू हसला आणि जवळ येऊन माझा हात हातात घेऊन म्हणाला, ''शाबास रे, भाद्दर! आपन-तुपन आजपासनं दोस्त. हात मिलाव.''

आम्ही उराउरी भेटताच पोरांनी टाळ्या पिटल्या. शिट्या वाजवल्या.

मला चांगला दोस्त मिळाला. त्याच्याबरोबर मी राने धुंडली. डोंगर वेधले. विहिरी, तळी धुंडाळली. रानमेवा खाल्ला.

(हा शामराव पुढे पत्री सरकारात जाऊन नामवंत पुढारी झाला म्हणे.)

माझ्या वडिलांची बदली झाली आणि आम्ही किन्हईला गेलो. हे गाव तर फारच निसर्गरम्य होते. फळांच्या बागांची तिथे लयलूट होती. आंबे, पेरू, फणस, नारळ, सीताफळे, रामफळे आणि आवळे!

बघता-बघता माझ्याभोवती दोस्त गोळा झाले. एक माळ्याचा शंकर, एक शिंप्याचा बबन, एक कुणब्याचा खाशाबा आणि एक न्हाव्याचा महादा.

माझे भटकणे चालू राहिले. आता वडील चांगल्या हुद्द्यावर म्हणजे किन्हई देवस्थानचे वहिवाटदार होते. एवढ्या मोठ्या अधिकाऱ्याच्या मुलाला शोभावेत असे माझे गुण नव्हते. वानराप्रमाणे मी कुणाच्याही बागेत शिरून फळे खात असे. वडिलांकडे तक्रारी येत. कधी सापडलो म्हणजे बागेचा धनी माझी टोपी हिसकावून घेई आणि ती घेऊन सरकारवाड्यात येई. वडिलांना दाखवून म्हणे,

''तुमच्या मुलाला काही ताकीद द्या, साहेब. मला माहीत नव्हतं मुलगा तुमचा आहे. फार नासाडी करतात हे बागांची. खायचा जिन्नस मुलं खायचीच. पन हे संगट फौज घेऊन येतात. दहा-बारा पोरं बागेतल्या झाडांवर दोन-दोन तास फळं खात राहिली, तर माझ्या गरिबाचं किती नुकसान होईल बरं?''

हे कसे अयोग्य आहे, हे आपल्या परीने मला वडील समजावून सांगत. बागवानाची समजूत घालत. प्रकरण तात्पुरते मिटे. मला पश्चात्ताप होई; तो काही दिवस टिके.

किन्हई गावाबाहेर, किन्हई ते सातारा रोड या रस्त्यावर एक लायब्ररी बंगला होता. औंधकर सरकारच्या मालकीचा. त्याच्या परिसरात सुरेख बाग होती. नाना फळझाडे होती. एकदा सुटीच्या दिवशी मी, न्हाव्याचा महादा आणि माळ्याचा शंकर असे तिघे तिसऱ्या प्रहरी बाहेर पडलो आणि बंगल्यापाशी आलो. बंगल्यासमोर

रस्त्याच्या पलीकडे दोन प्रचंड मोठी अतिउंच चिंचेची झाडे होती. त्याच्या सावलीला तोडलेल्या झाडाचा लांबलचक ओंडका होता. वहिवाटदाराचा मुलगा असल्यामुळे मी एकटाच बागेत शिरलो. बरेच पेरू तोडून आणले. वाटावाटी करून पेरू खात आम्ही त्या ओंडक्यावर गप्पा मारत, गुडघे हलवत बसलो.

दरम्यान, आभाळ भरून आले....

जवळचे पेरू संपले. मी शंकरला आणि महादाला म्हणालो, ''तुम्ही चला, आणखी पेरू काढू. माळी आला तर काही बोलणार नाही. बाग सरकारचीच आहे. आमचे दादा वहिवाटदार आहेत.''

मी बराच धीर दिला, तेव्हा शंकारने हिंमत बांधली. महादा मात्र आला नाही. म्हणाला, ''तुम्ही तोडून आणा, मी बंगल्याच्या आवारात येणार नाही. माळी मला धरून सरकारवाड्यावर नेईल.''

महादाला बाप नव्हता आणि तो आपल्या आईचा एकुलता एक लेक होता, त्यामुळे तो घाबरून असायचा.

शेवटी त्याला भागूबाई ठरवून आम्ही गेलो आणि झाडाच्या शेंड्यावर जाऊन पेरू तोडत खिसे भरत राहिलो.

आभाळ चांगलेच भरून आले. काळेनिळे झाले. अंधारून आले. सातारा रोडच्या दिशेला विजा चमकू लागल्या. पेरू खाण्याच्या नादात आम्हाला प्रसंगाचे गांभीर्य कळले नाही.

एकाएकी प्रचंड कडकडाट झाला आणि काळ्याभोर आभाळातून विजेचा लोळ भूमीवर उतरला. डोळे दिपले. भ्यालेल्या खारीसारखे आम्ही फांद्यांना चिकटून राहिलो. थोडी शांतता झाल्यावर खाली उतरलो आणि पळत चिंचेकडे येऊन पाहिले, तर वीज चिंचेवर पडली होती. फांद्या, पाने करपून गेली होती. खोडाचा एक भागही करपला होता आणि खाली ओंडक्यावर बसलेला महादा करपून खाली धुळीत पडला होता.

मी भीतीने थिजून गेलो. माणसाचे अपघाती मरण मी प्रथमच पाहिले.

गाव शेजारीच होते. जवळपासच्या रानातून लोक काम करीत होते. ते 'वीज पडलीऽ वीज पडलीऽऽ' असा गोंगाट करत धावून आले.

महादाभोवती कडे पडले. कांदा आणा, पाणी आणा, अशी धावपळ झाली. पण त्याचा प्राण केव्हाच निघून गेला होता. कुणी तरी गावात जाऊन त्याच्या आईला बातमी दिली आणि ती आकांत करीत, छाती पिटत आली. गोंधळ माजला. मग शंकरच्या घरची माणसे आली. माझी आई आली, वडील आले. आम्हाला जिवंत बघून त्यांना आनंदाने रडू आले.

माझी आई मला पोटाशी धरून रडरड रडली.

पेरूच्या झाडाकडे न जाता मीही महादाशेजारी त्या ओंडक्यावरच बसून राहिलो असतो तर?

घरी नेऊन आईने मला देवघरातील देवांपुढे उभे केले आणि म्हणाली, ''जगदंबेची शपथ घे, म्हण – पुन्हा कधी घरी न सांगता-सवरता असा रानात जाणार नाही.''

मी शपथ घेतली. आईचे तेवढ्यावर समाधान झाले नाही. माझा हात आपल्या गळ्यावर ठेवून ती म्हणाली, ''बघ, ही शपथ मोडलीस तर मी मरून जाईन पट्कन.''

बराच काळ ही शपथ मी कसोशीने पाळली. बालपण संपले. पंख फुटले. बाहेरच्या जगात उडालो.

रानमेव्याचा प्रकार बदलला. रानाचा नाद सुटला नाही. विसाव्या वर्षी हाती बंदूक पडताच मी पुन्हा सवंगडी जमवून रानोमाळ भटकू लागलो.

मग आई म्हणाली, ''मी आता थकले. कितीदा आणि कोणत्या कारणासाठी – आंधळ्याची गुरं देव राखतो; माझ्या वांड पोराला तोच राखील.''

तिचे म्हणणे खोटे नाही!

■

माझी मोठी खरेदी

वीस-एक वर्षांपूर्वीची गोष्ट. मी आकाशवाणीच्या पुणे केंद्रावर चाकरी करीत होतो. तेव्हा दरवर्षी आकाशवाणी 'आकाशवाणी सप्ताह' साजरा करीत असे. संगीत, लोकसंगीत, नाटक, लोकनाट्य असे कार्यक्रम निमंत्रित श्रोत्यांसमोर केले जात. अशा एका कार्यक्रमात कथा सांगण्याची पाळी माझ्यावर आली. बरोबर आणखी काही आकाशवाणीतील अधिकारी होते.

बालगंधर्व रंगमंदिरात निमंत्रित श्रोत्यांसमोर होणाऱ्या या कार्यक्रमाचं नाव होतं, 'म्हटलं तर खरं, म्हटलं तर खोटं.'

ब्याण्णव साली मी कॅलिफोर्नियात गेलो होतो. एके दिवशी चाळीसपेक्षा जास्त मराठी कुटुंबं तिथं एकत्र जमली. ही कथा ग्रामीण कथा! यांना कितपत पसंत पडेल या शंकेनं मी 'माझी मोठी खरेदी' स्मरणानं पुन्हा लिहून काढली आणि अमेरिकेतल्या मराठी मंडळींना ऐकवली. ती त्यांना फारच आवडली. ही कथा पुन्हा हरवली जाऊ नये म्हणून ती 'केसरी'त प्रसिद्ध करतो आहे.

सकाळी आठ-साडेआठची वेळ. नेहमीप्रमाणे सकाळचं फिरणं आटपून मी कॉफी हाउसमध्ये बसलो होतो. सुरेख कॉफीचे घुटके घेत एकटाच टेबलाशी बसलो होतो. जंगलीमहाराज रस्त्यावर रहदारी सुरू झाली होती. रिक्षा, बसेस, स्कूटर्स, सायकली पळत होत्या.

एवढ्यात कानावर शब्द पडले, ''नमस्कार.''

वळून पाहिलं तर कोणी अनोळखी गृहस्थ. रंग गोरा. वय तिशीच्या पुढचं.

उत्तम चेहरा, आकर्षक चेहरा, नीटनेटके कपडे. निळा सूट. तांबडा टाय. हातात छोटी बॅग. कामावर निघाले असावेत.

"नमस्कार."

कुठं बरं पाहिलं होतं ह्यांना? काही आठवत नाही.

चेहरा हसरा करून म्हणालो, "काय म्हणताय?"

"माझा आपला परिचय नाही, पण मी आपल्याला ओळखतो. माझं नाव माधव हेंदळे. मी दुर्मीळ पुस्तकांचा विक्रेता आहे. दुकान-बिकान नाही. पूरक व्यवसाय."

मी यावर उगीचच बोललो, "अरे वा!"

"नुकताच माझ्याकडे शरदबाबूंच्या कादंबऱ्यांचा सगळा सेट आलाय. पाहिजे का तुम्हाला? अगदी कमी किमतीत देतो."

"मराठी भाषांतर का हिंदी?"

"मराठी-मराठी! मामा वरेकरांनी केलेली भाषांतरं सगळी. तुम्हाला पाहिलं आणि वाटलं विचारावं."

"माझ्याकडे आहेत सगळी भाषांतरं मामांनी केलेली."

"आहेत का? मग अरेबियन नाईट्सचे खंड? भाषांतर नाही हं, बर्टनचे. सुरेख कार्डबोर्ड बाईंडिंगमधले सगळे सोळा खंड?"

सगळा बर्टन मी वाचला नव्हता. शिवाय, बर्टननं दिलेल्या तळटीपा इतक्या महत्त्वाच्या आहेत की, या तळटीपा जरी मन:पूर्वक वाचल्या तरी एखादा माणूस इस्लाम धर्माचा पंडित होईल ही ख्याती मला माहीत होती.

"काय किंमत आहे सोळा खंडांची?"

"अगदी डर्टचीप देतो आपल्याला. घरी पाठवू का?"

"तरी पण किंमत?"

"तीनशे रुपये फक्त!"

तीनशे रुपयात रिचर्ड एफ. बर्टनच्या अरेबियन नाईट्सचे सगळे खंड मिळणं म्हणजे माझ्यासारख्या वाचनवेड्या माणसाला लॉटरी लागावी एवढा आनंद होतो. एखाद्या किल्ल्याच्या दगडी भिंतीवर पर्शियन गालिचे सोडलेले असावेत, अशा तळटीपा या ग्रंथाच्या पानापानांवर होत्या.

मी म्हणालो, "द्या पाठवून. माझ्या घरचा पत्ता माहीत आहे का?"

हेंदळे हसून म्हणाले, "तुमचा पत्ता माहीत नाही असं कसं होईल?"

"बराय जातो." आणि ते गेले.

खरं सांगायचं तर मला खात्री नव्हती, हेंदळे खंड पाठवतील याची. बर्टनचे ग्रंथ फार दुर्मीळ होते.

यानंतर तीन-चार दिवस गेले. बर्टनच्या खंडाची गोष्टही मी विसरूनही गेलो.

आणि एके दिवशी सायकलच्या हँडलला दोन भल्या मोठ्ठ्या पिशव्या लटकावून एक पोरगा पत्ता शोधत-शोधत आला.

पुण्यातले सायकलवाले, सायकलीला लावून काय आणतील याचा नेम नाही. लाकडी कपाट, घराचं दार, लोखंडी कॉट काहीही ते सायकलवरून आणू शकतात.

मी सगळे खंड पाहिले. जुन्या ग्रंथांना एक सुरेख वास असतो, तो त्याला होता. बाईंडिंग उत्तम होतं. पानं विरलेली नव्हती. त्या पोरापाशी तीनशे रुपयांचा चेक देऊन मी बर्टन ताब्यात घेतला. माझ्या स्टडीतल्या शेल्फवर लावला. शेल्फला भारदस्तपणा आलेलं अनुभवलं.

पुढे चार-सहा महिने कॉफी हाउसवर कधी हेंदळे भेटले नाहीत. मी होईल तसा बर्टन – विशेषत: तळटीपा वाचत होतो. अचानक मला एका शब्दाचा अर्थ सापडला आणि फार चकित झालो!

लहान होतो, तेव्हा आईच्या तोंडून मी एक शब्द ऐकला होता. कावली म्हणजे ती म्हणायची, 'कार्टं अगदी नसराणी आहे.'

'नसराणी' म्हणजे काय हे मला आजतागायत माहीत नव्हतं. ते बर्टनच्या तळटीपेत आढळलं. 'नसराणी' हा अरबी शब्द होता. अन् 'नसराणी' म्हणजे धर्मांतर केलेला – बाटगा.

आत्ता कधी हेंदळे भेटले म्हणजे त्यांना हे सांगायचं असं मी म्हणत होतो. पण हेंदळे भेटले नाहीत.

अचानक एकवार कॉफी हाउसमध्ये भेटले. तेच हसू. तोच प्रसन्न चेहरा. चिंचेनं घासलेल्या तांब्याच्या भांड्यासारखा चकचकित.

मला म्हणाले, ''साहेब, एक प्रशस्त, कातड्यानं मढवलेला कोच आहे. कोच म्हणजे तीन पिसेस नव्हेत, एक. तुम्हाला वाचत बसायला अप्रतिम. पाठवू का?''

जेम्स थर्बरचं एक हास्यचित्र आहे. फार छान. घरातला लांबडा कोच. त्याच्या एका टोकाला हातात ड्रिंकचा ग्लास आहे. पलीकडे खुर्ची आणि तिच्या पायांशी रिकामा ग्लास आहे. कोचाच्या दुसऱ्या कडेला मांजरासारखी, हातगुडघ्यावर बसलेली स्त्री आहे. ती त्या अंग चोरून, बसलेल्या पलटण्याला उत्साहानं म्हणते आहे, 'द ट्रबल वुईथ मी इज, आय कॅन नेव्हर से नो!'

माझा स्वभावसुद्धा काहीसा तसाच आहे. चटकन नाही म्हणणं जमत नाही. संकोच आड येतो.

एखाद्या जुन्या-पुराण्या फर्निचरच्या दुकानाची कळा यावी, तशी आता माझ्या घराला आलीय. अतोनात फर्निचर झालं आहे. तरीपण मी विचारलं, ''काय किमतीचा कोच आहे हा हेंदळे?''

''डर्टचीप साहेब. फक्त पावणे-दोनशे रुपये. बघा तरी. खूश व्हाल.''

खरं तर मी म्हणायला पाहिजे होतं की, बसून किंवा झोपून वाचन करावं असं बरंच फर्निचर आहे हेंदळे माझ्या घरी. आवश्यकता नाही मला कोचाची.

पण संकोचानं बोललो नाही. म्हणालो, ''बऽऽरं, द्या पाठवून.''

आणि हातगाडीवर भला मोठा कोच टाकून एक पोरगा घरी आलासुद्धा.

बायको म्हणाली, ''आता काय, फर्निचर भाड्यानं देण्याचा जोडधंदा करणार आहात?''

''फार स्वस्त आहे अगं, फक्त एकशे पंच्याहत्तर. ऑफिस प्यून बसतात, ते स्टूलसुद्धा येणार नाही एवढ्या किमतीत!''

यावर शेरा – ''उजेड!''

हा कोच दिल्यानंतर हेंदळ्यांनी हळूहळू, मला अगदी स्वस्त असं एक मोठं पुस्तकाचं कपाट, एक अडीच बाय पाचचा पर्शिअन गालिचा आणि एक डायना थर्टीफायू ही एअरगन अशा तीन वस्तू दिल्या आणि मी त्या आनंदानं घेतल्या. हेंदळे हा एक कल्पवृक्षच मला मिळाला होता.

पण किती गोष्टी घ्यायच्या? अशा वस्तू घरात नसतात, त्या आपल्या डोक्यावरच असतात. ओझं निष्कारण. जीवन खरं तर साधं पाहिजे. गरजा कमी पाहिजेत. हिशेब करायचा तर तो दोन्ही हाताच्या बोटांवरच झाला पाहिजे. जेवणातसुद्धा पदार्थ दोन असावे. फापटपसारा नाही....

आता हे हेंदळे आले की, त्यांना स्वच्छ सांगायचं, ''हेंदळे थँक्स. आत्तापर्यंत तुम्ही फार चांगल्या वस्तू मला फार स्वस्त अशा दिल्या. पण आत्ता मला काही नको.''

पण मी असा निश्चय केल्यावर हेंदळे कधी भेटलेच नाहीत. मी वाट बघ-बघ बघितली. हेंदळ्यांचा काही पत्ता नव्हता. ते भेटून वर्ष-दीड वर्षं झालं. मी झालं गेलं विसरलो.

आम्हा लेखक, कवी, चित्रकार, पत्रकार मित्रांचा अड्डा पुढे कँपमधल्या क्वालिटी रेस्टॉरंटमध्ये जमू लागला. काहीतरी निमित्त काढायचं. कुणाचं चित्रप्रदर्शन, कुणाचं पुस्तक प्रकाशन, कुणाचा वाढदिवस आणि सात-आठ जणांनी रात्री क्वालिटीत जमायचं. मग गप्पा, खाणंपिणं, विनोद. भांडणतंटा, अबोला वगैरे-वगैरे.

असेच एकदा कोजागिरी पौर्णिमेचं कारण काढून क्वालिटीत जमलो होतो. बिअर, वाइन आणि सिगार, गप्पा खूप रंगल्या होत्या.

अरे, सगळ्याच चांगल्या गोष्टींना शेवट असतो. आता जेवण मागवा आणि संपवा बघू गप्पा. अकरा वाजून गेले. असं तीन-चार वेळा म्हणून झालं होतं.

एवढ्यात माझ्या खांद्यावर बोट.

बघतो तर हेंदळे.

माझा चेहरा नुसता प्रश्नार्थक.

हेंदळे हसऱ्या चेहऱ्यानं म्हणाले, "फक्त पाच सेकंदच घेतो तुमची."

"आलोच हं" असं मित्रांना सांगून मी बाजूला गेलो.

हेंदळे म्हणाले, "एक हत्ती आहे उत्तम. पाठवू का?"

"हत्ती?"

"हो, डर्टचीप साहेब. सेकंडहँड व्हेस्पा स्कूटरसुद्धा येणार नाही एवढ्या किमतीत!"

मला वाटलं, एकदम सौदा करणं बरोबर नाही. नीट चौकशी केली पाहिजे.

"काय वयाचा आहे?"

"यंग. चौदा-साडेचौदा वर्षे."

"वजन?"

"दीड टन."

"मेल?"

"नो. सर, फिमेल."

"काय किंमत म्हणालात?"

"पाच हजार."

"द्या पाठवून!"

यानंतर दोन-चार दिवस गेले. माझ्या उद्योगात मी दंग होतो. आकाशवाणी वार्षिक सप्ताह आला होता. निमंत्रित श्रोत्यांसमोर काही नवीन कार्यक्रम सादर करायचे होते. धावाधाव सुरू होती. लेखक, रिहर्सल्स, निमंत्रण छापणं, श्रोत्यांच्या याद्या तयार करणं... लाख उद्योग. सकाळी लवकर आकाशवाणीच्या ऑफिसात जायचं आणि रात्री उशिरा घरी यायचं, नोकरी वाईटच.

मनूनं मनुस्मृतीत म्हटलं आहे – सेवावृत्ती ही श्ववृत्ती म्हणजे श्वानवृत्ती असते. पंडितानं ती स्वीकारू नये. शेपूट सदा हललावं लागतं, उताणं पडून पोट दाखवावं लागतं. प्रसंगी धन्याचे पाय चाटावे लागतात....

सकाळचे दहा वाजले होते. मी कामात गुंग होतो. आणि घरून फोन आला.

"अहो, तुम्ही कुणाला हत्ती पाठवायला सांगितलं होतं का?"

चकित झालो!

"का, काय झालं?"

"आलाय ना तो. कुठं बांधायचा त्याला?"

"मी घरी आल्यावर बांधीन संध्याकाळी. तोवर मोठं गेट उघडून आत घ्या, बागेत सोडा."

"मी टोमॅटोची रोपं टाकलीत. मिरचीची रोपं आहेत. कुंड्या आहेत. तो खाऊन

तुडवून फस्त करेल की!''

''हो, खरं आहे.''

मी थोडा वेळ गप्प राहिलो. भराभर विचार केला.

''बरं, आपल्या गराजची उंची किती आहे? दहा फूट असणारच. शिवाय छप्पर नाही का? आणि दहा बाय वीसचं आहेच गराज. तूर्त गराजमध्ये जाऊ द्या. आणि शटर घ्या ओढून.'' असं सांगून मी फोन बंद केला.

संध्याकाळी उशिरा घरी आलो. येताच वातावरणातला ताण जाणवला.

आधी स्टडीत जाऊन मी एन्सायक्लोपिडीया काढला. एलिफंट. इंडियन एलिफंट. इतेफास माक्सिमस.

रोज गवत किंवा झाडपाला – दोनशे पंचवीस किलोग्राम?

बापरे!

वयाला तीस वर्षे झाल्याशिवाय कामाला उपयोगात येत नाही. वजन पाच हजार पौंड, उंची टू पॉइंट फायू मीटर. साठ वर्षांपुढे जगत नाही.

बरंच्या बरं, बायकोला 'एन्सायक्लोपिडीया' वगैरे पाहण्यात रस नव्हता. नाहीतर घरचा ताण भलताच वाढला असता.

रात्री बराच वेळ मी विचार करत बसून होतो. एवढ्यात बाजीराव म्हणजे आमचे साडू आले. (कुणी कवीनं म्हटलं आहे? तू साडू न उलटा उभा.) म्हणजे आता पहाट उजाडणार!

येणार ते बिअरचं पॅक ऑफ सिक्स बरोबर घेऊन. घरात फर्मावणार, ''अहो, सोड्याची खिचडी, 'काड्या' असलं काही चटकमटक करा. मी जेवायला आलो आहे.''

राजकारण आणि आजचे राजकारणी यावर तो बोलणार. म्हणजे आपण बोअर होणार. 'हो, हो, खरं आहे, खरं आहे.' एवढं म्हणत जांभया द्यायच्या.

तसंच झालं, नेहमीप्रमाणं. दोन-तीन संपवल्यावर मधेच त्यांना आठवण झाली.

''गाडी बाहेर रस्त्यावरच आहे. त्या चोरीला जातात हल्ली. आत घेतो गाडी.''

मी म्हणालो, ''घ्या.''

हे बाहेर गेले आणि थोड्या वेळानं ते विलक्षण चेहरा करून. कपाळावर घाम. आवाज बदललेला. मला म्हणाले, ''काय हो. बिअरही चढते?''

''नाही, पण ते काय तुमचा मूड कसा असतो, यावर असतं.''

यांनी सावकाशीनं घाम पुसला. काही अवसान आणलं आणि मग विचारलं, ''तुम्ही हत्तीबित्ती नाही ना आणला? गॅरेजमध्ये मला दिसलं तसं काही. वासही आला, हत्ती असल्यासारखा.''

मी म्हणालो, ''हो. मी विकतच घेतलाय.''

''हत्ती?''

''हो!''

''खरं? कशाला?''

''हळदीकुंकवासाठी बायकांना निमंत्रण द्यायला लागतो,'' आमची बायको म्हणाली. ''शिवाय मुलांना शाळेत सोडायलाही उपयोगाचा आहे.''

यावर काही न बोलता हे भराभर बिअर पीत राहिले. मग घाम वगैरे पुसून म्हणाले, ''मला घाम फार येतोय आज. थोडं अस्वस्थही वाटतंय. जातो आत्ता, थांबत नाही. चालेल ना?''

आणि गेले! इतक्या वर्षांत पहिल्यांदाच त्यांना सुबुद्धी झाली आणि गेले. हत्तीनं मोठं काम केलं. हेंदळ्यांकडून सकाळी पोरगा आला. त्याला पैसे न देता 'मला हा हत्ती नको हेंदळे, त्याला घेऊन जा परत.'' असा निरोप द्यायचा होता, पण तिथंही संकोच आड आला. पाच हजाराचा चेक मी पोरापाशी दिला.

त्या काळीच कर्वे रस्त्याच्या मटन मार्केटशेजारी असलेल्या गवतबाजारात जाऊन दोनशेपंचवीस किलो गवत घेऊन आलो. हत्तीपुढे टाकलं. आमची वादावादी झाली. बायको म्हणाली, ''कशाला ही पिडा विकत आणली? त्याची... भर करायला कोण आहे घरात? माझ्याच्यानं हे होत नाही.''

''त्यात काय मोठंसं? शेजारच्या जगतापांनी एक जाफराबादी म्हैस आणलीय. ते दोघं मिळून तिचं करतात. तसं करू.''

''पण म्हैस उद्या दूध तरी देईल. हत्ती काय दूध देणार आहे?''

''शेण तरी देईल. नाहीतरी केवढं महाग आहे शेण.''

''फक्त बागेसाठी घ्यावं लागतं... शिवाय पन्नास पैसे राइड लावली तरी संध्याकाळी वाटेल तितकी पोरं मिळतील एरंडवणा पार्कात. बुद्धी चाळवली की, कशाचाही पैसा करता येतो. लोक एका घोड्यावर पैसे कमावतात, माहीत आहे? वरातीला घोडा लागतोच. हा तर हत्ती आहे! शिवाय हेंदळे म्हणाले, चांगला ट्रेंड आहे. बस म्हटलं की बसतो. सॅल्यूट करतो.''

''म्हणजे आता रेडिओची नोकरी, लेखन सोडून सर्कस चालवणार हत्तीला घेऊन?''

''काय हरकत आहे? सर्कशीवर ख्यातनाम झालेली काही कमी मंडळी नाहीत महाराष्ट्रात!''

''हो, नाटक झालं. सिनेमा झाला. रेडिओ झाला. सर्कसच तेवढी राहिली होती!''

''बघशील. मिडल-एज्ड मॅन ऑन फ्लाईंग ट्रॅपीझ!''

तीनच दिवस हत्तीचं करावं लागलं. तिसऱ्या दिवशी 'टाइम्स'मध्ये जाहिरात वाचली, असा-असा दिसणारा, इतक्या वयाचा, इतक्या वजनाचा हत्ती चुकला आहे. कोणाला सापडला असेल, त्यांनी कृपा करून, ७४७२७३२ या नंबरवर फोन करावा. झालेला खर्च आणि पारितोषिक देऊन हत्ती घेऊन जाऊ....

मी तत्काळ फोन केला. फोन सकाळी केला नि सर्कशीचा माणूस संध्याकाळपर्यंत पुण्याला पोहोचला. पाच हजार रुपये आणि गवतासाठी झालेला खर्च देऊन, तो हत्ती घेऊन गेला. आता चुकलेला हत्ती नेमका हेंदळ्यांकडे कसा गेला हे कोडं होतं.

हेंदळ्यांकडून आता काहीही घ्यायचं नाही असा निश्चय मी केला. पण हेंदळे वर्ष-दोन वर्षं कुठं दिसले नाहीत.

एकवार मी मुंबईहून डेक्कन-क्वीननं पुण्याला येत होतो. चहाटोस्टची ऑर्डर कॅन्टीनला देऊन मी वाट पाहात होतो, तर वेटरच्या मागोमाग हेच आले हेंदळे.

प्रसन्न हसून म्हणाले, ''नमस्कार!''

''नमस्कार!''

''बरी गाठ पडली. एक अँटिक रेल्वे इंजीन आहे. ब्रास कॉपर चकचकित. फारच छान आहे चीप देतो अगदी. पाठवू का?''

''रेल्वे इंजीन हेंदळे?''

''हो, पीस आहे. खूश व्हाल बघून.''

मी थक्क होऊन हेंदळ्यांकडं बघत राहिलो. म्हणालो, ''मी कळवतो, हेंदळे तुम्हाला!''

■

'केसरी', दिवाळी १९९४

भा जी वि क्या ची गो ष्ट

“बहा ऽऽ जे ले, बहा ऽऽ जे ले!”

घोगऱ्या आवाजातली ही आरोळी आली की, नारायण पेठेतल्या बायका लगबगीनं बिऱ्हाडातल्या चौकटीतून बाहेर पडून, चौक ओलांडून दरवाज्यात येऊन उभ्या राहात आणि अरुंद गल्लीतून गाडी ढकलीत येणाऱ्या तानाजीला विचारत, “काय ताजी भाजी आणली आहेस रे आज?”

“मेथी हे, चाकवत हे, चवळी हे....”

“पालेभाजी नकोय मला, फळभाजीतलं सांग.”

“भोपळा हे, दुधी हे, वांगी हे...”

“मला कारली पाहिजे होती.”

त्यावर तानाजी मान हलवून गाडी ढकली आणि पुन्हा आरोळी उठे, “बहा ऽऽ जे ले!”

‘म्हणजे, भाजी आली.’ आता लोकांना कळायसाठी ओरडायचं तर कळेल असं स्पष्ट शब्दात पाहिजे. पण, तानाजीला याची काही गरज वाटत नसे. त्याचा आवाज भाजीवाला आला हे कळायला पुरेसा होता. हा आरोळीचा आवाज आणि तानाजीचा एरवीचा आवाज ह्यात फार फरक होता. आरोळीचा आवाज हा लावलेल्या सुरीसारखा होता. धारदार, लखलखीत, पोलादी.

मुळशी तालुक्यातल्या तीस-पस्तीस झोपड्यांच्या गावातनं तानाजी पुण्याला आला होता. भाड्याची खोली घेऊन खडकावर राहायला लागून, त्याला सहा वर्षं झाली होती. घरात बायको होती, तानी पोरगी होती. पण बायकोला माहेराचा नाद

फार होता. जेव्हा-तेव्हा पोरगी काखंला मारून, ती अडुसष्ट नंबरची बस गाठायची आणि वडगावला पळायची. तानाजी ठेसनला जाऊन कम्युनिटी किचनमध्ये झुणका-भाकरी खायचा. पहाटे पाचला उठून गाडी पळवत गुलटेकडीला जायचं. मिरची, कोथिंबीर, नारळ, आलं, पालेभाज्या, फळभाज्या खरेदी करायच्या आणि खोलीवर यायचं, आंगुळपांगुळ उरकायची आणि गाडी भरून नेहमीच्या गल्ल्यांतून हिंडायचं ते जेवणवेळपर्यंत. रोज पंधरा-वीस रुपये सुटायचे.

अलीकडं ह्या गल्ल्यांतून ट्राफिक बेसुमार वाढला होता. रिक्षा, मोटारी, बस, हातगाड्या, सायकली ह्यांची तुफान गर्दी असायची. ह्या गर्दीतून भाजीची गाडी ढकलत जाणं जिकिरीचं झालं होतं. पण तानाजी तसंच रेटत होता. हा आपला बरा धंदा होता. दुसरा कुठं आत्ता हुडकायचा?

''बहाजे ऽऽ बहाजे ऽऽ ले!''

डावीकडच्या वाड्यातून कोणी बाई बाहेर आल्या. गोल गरगरीत चेहऱ्याच्या आणि अंगानं भरलेल्या.

''कोथिंबीर आहे का रे बाबा तुझ्याकडं?''

''हे, काकी'' म्हणत तानाजीनं गाडी रेटली. पार दाराजवळ नेली. आज ट्राफिक जरा जास्तीच होता. आधीच पोरांची शाळेत जायची वेळ, त्यातच लोकांची ऑफिसात जायची गर्दी. त्यातच गणपतीचे दिवस. जागोजाग रस्त्यावर गणपतीचे मांडव पडलेले. हितं तिथं मोटारी, स्कूटरी, लूना, सायकली, ट्रक उभे. पायी चालणारी माणसं; शिवाय काय बंद होता का मोर्चा होता का कुणी मंत्रीफिंत्री येणार होता ह्या रस्त्यानं कुणाला ठाऊक. ट्राफिक हवालदार जागोजागी उभे होते. थोडं कुणी रेंगाळलं की आरडत होते.

''हला, हला ओ साहेब, ओ पैलवान, हला. पुढं चला.''

काकी गाडीजवळ उभ्या राहून पेंडी निवडत होत्या.

''जून आहे की रे बाबा, पांढरी फुलं आलीत. कोवळी आणावी रे.''

''हे की काकी, आनी कवळी कुठनं आनावी जी. गुलटेकडीला तीच आमच्या गाडीवर... ही बगा, ही घ्या.''

तेवढ्यात ट्राफिक हवालदार तिकडनं ओरडला, ''ए भाजी-हाल, हाल पुढं....''

झालंय हवालदार सायेब, काकींनी पेंडी घेतली की फुडंच. वरनं येणाऱ्या स्कूटरनीं, मोटारींनी हॉर्न देण्याचा सपाटा लावला. हवालदार भलता कावला. आणि काकीची पेंडी घेणं काही संपेना.

''केवढ्याशा पेंड्या बांधता बाबांनो. चार काड्या असतात. मला वड्या करायच्या होत्या आज. म्हटलं, किती दिवसात कोथिंबिरीच्या वड्या नाही खाल्ल्या. दोन लागतेय मला. काय एकीचं?''

"रुपया, काकी."

"बाई गं! एक रुपया?"

"हा."

"काय महाग झालंय सगळं. जगणं मुश्कील झालंय! बरं, थांब जरा. मी पैसे आणते हं आतनं. मी आपली आठ आणे घेऊन आले होते. म्हटलं तेवढ्यात येईल पेंडी कोथिंबिरीची. मला काय माहीत, एवढी महागलीय ते! मग, एकच पेंडी पुरे बाबा."

ट्राफिक हवालदार पुन्हा गरजला, "ए, भाजी, हालऽ हाल. गाडी म्होरं घे."

"चाललोय हवालदार साहेब."

"अरं चाललंय काय, मगाधरनं चार येळा ओरडलो मी तर तू खुट्टा रवल्यासारका जागीच हुभा. हाल."

"माजं पैशे याचं हायेत सायेब."

"हाल!"

नाही म्हणायला, तानाजीनं दिसण्यात थोडा मार खाल्लेला होता. रंग गडद काळा, एक बुबुळ पांढरं, नाक अग्रं आणि रुंदट, दात वाकडेतिकडे. ओठ मोठे. अंगलट थोराड पण बुट्टी असं त्याचं रूप. त्यात केस वाढवलेले आणि हनुवटीवर सतत दाढीची खुरटं. बरं, पोशाख तरी बरा करावा. तोही नाही. पॅन्ट मळकी. अंगात रंगीत कुडता आणि डोक्याला आकार बदलून गेलेली टोपी. पायात रबरी सपाता.

हवालदार बोंबलत होता आणि बाई जी वाड्यात गेली होती, ती पाण्यात पडल्यासारखी तिकडंच. वाहनं अडली. ही गर्दी झाली. भोंगे, बाजे वाजण्याचा एकच गदारोळ उठला. स्कूटरी, गाड्या, रिक्षा, माणसं.

शेवटी ट्राफिक हवालदारानं शिट्टी फुंकली, "ए भाजीवाल्या, बघतोस काय, हाल."

तानाजी मोठ्यांदा म्हणाला, "आयला ऽऽ रेऽ!"

मग मात्र हवालदार पळत त्याच्याकडे आला.

त्यानं तानाजीची कालर धरली.

"कुनाच्या आयला रं?"

"माज्या, माज्याच!"

"पोलिसाला शिवी देतो कामावरच्या, चल गेटावर!"

"माजी गाडी भाजीची!"

"गाडी कुटं जात न्हाई तुजी, चल."

"अवो, हवालदार सायेब, ऐकून तरी घ्या."

"आयला ह्या पोलिसाच्या म्हनलास न्हाई का, चल गेटावर तुला शिकिवतो गमभन."

"माजा रुपाया ऱ्हायलाय गिराईकाकडं, माजी...."

धक्का मारत ट्राफिक पोलिसानं तानाजीला गेटावर नेलंसुद्धा.

गेटावर, टेबलाशी बसलेल्या सायबासमोर पुन्हा तोच संवाद झाला.

"नाव काय रे तुजं?"

"तानाजी."

"बापाचं?"

"गेनू."

"आडनाव?"

"म्हातरे."

"काय करतोस?"

"भाजी इकतो."

"लायसन?"

"हाये."

"बघू! शिवी दिलीस?"

"कुनाला?"

"काय सांगताय हवालदार हे?"

हवालदार म्हणाले, "चार वेळा ह्याला सांगितलं, रहदारीला अडथळा होतोय, तू पुढं गाडी हलव तुझी. ऐकलं नाही. उलट मला शिवी दिली. म्हणाला, 'आयला रे ह्या पोलिसाच्या!' न्हाई हलवत गाडी, काय करशील?"

"मी शिवी दिली पर ती हवालदारास्नी नाही."

"मग कुणाला?"

"नुसता म्हणलो, आयला रं."

"काय सांगायचं, ते आता कोर्टात सांग."

"कोर्टात?"

"हां. आन तिथं शिव्या देऊ नकोस कोर्टाला. मरशील!"

तो दिवस लॉकअपमध्ये गेला. दुपारी जेवण मिळालं. पोळी भाजी, कालवण, कांदा, लोणचं. तानाजी गरगरीत जेवला. ते जेवण हातीपायी उतरलं आणि गर्रकन झोप आली. कोणीतरी खाल्ल्या फरशीवर वर्तमानपत्र अंथरलं होतं. त्यावरच हात उशाशी घेऊन, भिंतीच्या कडेला अंगाचं मुटकुळं करून तानाजी झोपला.

कोर्टात काळा कोट घातलेले वकीलसाहेब म्हणाले, "गुन्हा कबूल कर आणि मोकळा हो."

"पन मी शिवी दिलीच न्हाई."

"नुसतं हो, हो म्हणत ऱ्हा. दंड झाला तर तो भर आणि सूट."

"दंड भरायला पैशे कुठाहेत माज्यापाशी?"

"मग शिक्षा भोग. आठ-पंधरा दिवस आत बैस आणि मोकळा हो."

"पन मी हवालदारास्नी शिवी दिली नाही. नुसतं म्हनालो आयला."

"ते सिद्ध करणं कठीण आहे. तू आपला हो म्हण."

"बरं."

कोर्टापुढे उभा राहिलेला तानाजी देवाशप्पत खरं बोलला, "ट्राफिक हवालदारानं वारंवार, रहदारीला अडथळा आणू नकोस. गाडी पुढं काढ असं सांगितल्यावर तू त्याला आईवरनं शिवी दिलीस का?"

"हो, दिली."

"हा हवालदार सरकारी कामावर आहे. त्याला शिवी देणं म्हणजेच सरकारला न जुमानणं आहे ना?"

"होय साहेब."

"एक तर तू रहदारीला अडथळा आणलास, आणि दुसरं म्हणजे हवालदाराला शिवी दिलीस, पर्यायानं सरकारी सत्ता, नियम मानले नाहीस."

"होय साहेब."

"गुन्हा तुला मान्य आहे?"

"होय साहेब."

तानाजीला दंड झाला आणि शिक्षाही झाली. दंड भरण्याइतके पैसे जवळ नव्हते म्हणून त्यानं दंडाऐवजी शिक्षाच भोगली. तुरुंगातले दिवस आनंदात गेले. सकाळी लवकर उठून गुलटेकडीला जायचं नाही. भाजी घ्यायची नाही, गाडी ढकलत गल्ली-गल्लीतनं हिंडायचं नाही. गळा खरवडून वरडायचं नाही. भाजी खपली नाही म्हणून वैताग नाही. मुदलात खोट आली म्हणून कपाळावर हात घेणं नाही. कम्युनिटी किचनमधला झुणका नाही, भाकरी नाही. रात्री घोड नाही का पावभाजी नाही, सगळी खटखटच मिटून गेली होती.

आयती बिनभाड्याची खोली होती. अंथरा-पांघरायला होतं, ताट-वाटी होती. वेळच्या वेळी जेवण-खाण मिळत होतं. बोलायला लोकं होती. सगळी काळजीच मिटली होती.

गुन्हा काही मोठा नव्हता. शिक्षा फार काळाची झाली नाही. थोडका काळ आत काढून तानाजी बाहेर आला आणि गल्लीबोळातनं पुन्हा गाडी ढकलू लागला.

"बहा ऽऽ जे ले, बहा ऽऽ जे ले –"

ही आरोळी नारायण पेठेत पुन्हा ऐकू येऊ लागली.

तानाजीला पहिली आठवण झाली, काकीकडं राहिलेल्या रुपयाची.

दाराशी येऊन तो ओरडला. चार-पाच वेळा ओरडल्यावर काकी बाहेर आल्या

आणि अगदी अनोळखी माणसाकडे बघावं तसं तानाजीकडे त्यांनी पाहिलं.

ओशाळवाणं हसून तानाजीच म्हणाली, ''काकी, कोथिंबिरीचा रुपाया ऱ्हायलाय माजा.''

''रुपाया, माझ्याकडं?''

''व्हय.''

''मी नाही कधी कुणाचा पैसा ठेवत बाकी आणि तुझ्याकडनं कोथिंबीर कधी घेतली मी?''

''लई दिस झालं.''

''इतके दिवस बरा गप्प राहिलास?''

''गावाकडं गेलो व्हतो. आयला ग्वाड वाटत नव्हतं.''

एवढ्यात शेजारी वरच्या माडीत राहणारे मिशावाले गृहस्थ अंगात बनियन घालूनच धडाधडा जिना उतरून खाली आले. त्यांनी चमत्कारिकपणे तानाजीकडे बघितलं आणि काकींना बाजूला घेऊन ते काही कुजबुजले. त्यासरशी काकींचा चेहराही भयचकित झाला.

''अगं बाई! होय का? तरीच –!''

असं म्हणून त्या गडबडीनं आत गेल्या.

बनियनला भोकं पडलेले ते गृहस्थ तुच्छपणा दाखवत म्हणाले, ''जा बाबा, जा. सगळ्या गल्लीत म्हायती आहे तू कुठनं जाऊन आला आहेस ते.''

आणि तेही जिना चढून दिसेनासे झाले.

दुपार टळून जाईपर्यंत तानाजीनं गाडी ढकलली आणि त्याच्या ध्यानात आलं की, आपल्याला तुरुंग भोगून यावं लागलंय ही गोष्ट सगळीकडे झालीय. का तुरुंग, तर भाजी विकायच्या मिषानं ह्याच्यासारखे लोक घरं हेरतात आणि सराईत गुन्हेगाराच्या सहाय्यानं लुटतात. पैसे, डागडागिने शिताफीनं लुटणाऱ्या टोळीतला म्हणून हा सापडला होता. नीट साक्षीदार मिळाले नाहीत म्हणून थोडक्यात सुटला. ह्याच्याकडनं भाजीबिजी काही घेऊ नका म्हणजे पुन्हा तो इकडं फिरकायचा नाही.

तानाजीच्या गाडीवरची भाजी सुकून गेली. किती पाणी मारणार?

हाच अनुभव पुढेही येत राहिला. तानाजीचं डोस्कं तरकलं. आपल्याकडनं काहीच चूक नाही. फुकटच्या फुकट जेल आणि वर धंदा पार बसला. तानाजीची गाडी आली, त्याची आरोळी कानावर आली की, बायका भाजीसाठी येईनाशा झाल्या. गिऱ्हाईक त्याला बघून पाठ फिरवायला लागलं. आता जगावं कसं, खावं काय?

एके दिवशी सकाळी सकाळीच, गुलटेकडीसनं परत येताना अड्ड्यावर जाऊन तानाजीनं नशा केली. बेतानंच केली आणि आपल्या नेहमीच्या गल्लीत येऊन, ऐन

गर्दीच्या वेळी गाडी भर रस्त्यात उभी केली. तुफान ट्राफिक अडला. ट्रक, मोटारी, रिक्षा, स्कूटरी, लुना ह्यांनी एकच बाजा केला. तरी तानाजीनं आपली गाडी एका बाजूला केली नाही. एकजणानं आडमुठेपणा केला, तर रस्त्यावर किती गोंधळ उडतो हे दिसलं.

हवालदारानं शिट्ट्या वाजवल्या.

तो ओरडला, ''ए, भाजीवाला, हाल, हाल, म्होरं हो.''

तानाजी गप्पच.

ट्राफिकची कळवंडं एकमेकांवर चढणार एवढी थटली.

पांढऱ्या ड्रेसातला हवालदार पळत आला.

''ए, काय बहिरा झाला काय राव, मघाधरनं ओरडतोय आणि तुम्ही गप्पच!''

ह्यावर तानाजीनं हवालदाराला एक खच्चून शिवी दिली. आणि गल्लीतला दादा बोलावा तसं तो बोलला, ''कोन रं, मला हाल म्हननारा तू?''

तोंडातनं आलेला वास आणि तानाजीचे हावभाव बघून हवालदार लगेच समजला. त्याचा आवाज फारच मऊ झाला.

''पहिलवान, ट्राफिक अडतोय, गाडी घेऊन बाजूला व्हा.''

''न्हाई होनार, तू कोन?

''!''

''मी गाववाला समजा तुमचा, चला.''

''मी शिवी दिली ती ऐकलीस का?''

''होय, ऐकली.''

''आनी दिऊ का?''

''द्या, पन मागनं, तिकडं चला.''

''गेटाकडं न्हे मला.''

''बरं, बरं चला.''

हवालदारानी तानाजी आणि गाडी एका कडेला काढली. ट्राफिक सुरू केला. मग प्रेमानं तानाजीच्या पाठीवर हात टाकून म्हणाले, ''आज सकाळी, सकाळीच काय हे?''

''माज्याच पैशाची पेलो, कुनाच्या बाच्या पैशाची न्हाई.''

''बरं, बरं, ऱ्हायला कुठं हाय तुमी पैलवान?''

''खडकावर.''

''आता संबाळून गाडी काढायची आन आपलं घर गाठायचं. दोन घास घालाया मंडळी हायते नव्हं घरी?''

''म्हायेरला गेलीय.''

"जाऊ द्या. नीट दोन घास खायाचं आन निवांत झोपायचं."

"पन हवालदार, तुमच्या ध्यानात न्हाई आलं, मी तुमाला शिव्या दिल्या. सरकारी कामात मी आडवा पाय घातला. मला धरा की, मला झेलात टाका."

ह्यावर तानाजीच्या पाठीवर हात फिरवून हवालदार पुन्हा मऊ आवाजात म्हणाला, "पैलवान, पेल्यावर माणसाचा थोडा तोल गेला, तोंडातनं निघूने तसला शब्द निगला तरी शान्या माणसानं काणाडोळा करायचा असतो. सरकारचा कायदा दाखवून कसं भागंल? अहो, आमीबी दुनया बघितलीय. जावा, बिनघोर पडा घरी जाऊन."

एवढं बोलून हवालदार झटक्यानं निघून गेला.

तानाजी खुळ्यासारखा गल्लीतल्या रहदारीकडं बघत राहिला.

आता मघापेक्षा गर्दी, गोंगाट, वेग कितीतरी पटीनं अधिक वाढला होता.

कामावरचे लोक घराकडं निघाले होते.

■

'सामना', दसरा विशेषांक, १९८९

इं द्र जा ल

गण्या भपट्या हा एक आडमाप माणूस होता. ताकदीने आणि मनानेही. उंचीने तो थोडासा बुटका होता; पण आडवा फार वाढला होता. त्याचा हरेक अवयव उत्तम खतपाणी मिळालेल्या झाडासारखा पोसलेला होता. त्यात त्याने लहानपणी मेहनत केली होती, भरपूर खाल्ले होते. त्यामुळे त्याचे दंड, त्याच्या मांड्या, त्याची छाती, त्याचे खांदे – सगळेच कसे भरभक्कम, कठीण होते. त्याला बघताच असे वाटे की, हा माणूस चुकीने कुणाचेही डोस्के फोडील. पण इतकी ताकद अंगात असून, कुणाशी हाणामारी करण्याची बुद्धी गणाने कधी दाखवली नाही. लोकच त्याला वचकून असत. त्याची थट्टा जपून करत. त्याची लहान-सहान आगळीक हसण्यावारी घेत. कुणी सांगावे? हा महाकाय माणूस म्हणजे थेट प्राणाशीच गाठ. याने सहज हात टाकला तरी हलक्या माणसाच्या हाडाचा चुरा व्हायचा. मनात आणले तर गावातल्या कुणाही माणसाचे पाय त्याने गुडघ्यातून काढले असते, बरगड्या काढून खुंटीला अडकवल्या असत्या. म्हणून लोक आपले त्याला वचकून असत. प्रत्येक जण आपले पाय आणि बरगड्या संभाळून असे. पण खरोखरीच प्रसंग पडला असता, तरी गणाने असे काही केले नसते. कारण मनाने तो तसा खुनशी नव्हता. तावीटही नव्हता. उलट तो नेहमी हसरा असायचा. कुणी एखाद्या कुत्र्याला धोंडा हाणला आणि ते केकाटताना पाहिले की, वाटेत थांबून तो खो-खो हसायचा. एखादे पोर पळता-पळता सपकन आपटले की, अगदी कमरेत वाकून तो हसायचा. एवढेच नव्हे, तर कुणाशी सहज बोलतानासुद्धा तो हसायचा. का रं, कुटं गेला व्हतास! एवढं कुणाला विचारतानासुद्धा गणूला हसू यायचे. खरे तर यात हसण्यासारखे काय आहे? पण या गड्याला हसू

यायचे, सारखे हसू यायचे. लोक गमतीने म्हणायचे, 'त्याला सटवाई हसवते.'

त्याचे हे सारखे हसणे व त्याचे ते एक वेगळीच चमक असलेले डोळे बघून नव्या माणसालासुद्धा वाटायचे की, ह्याला डोक्याची बाजू कमी आहे. आणि हे काही तसे खोटे नव्हते. म्हणजे गणा वेडा होता असे नव्हे; पण साधारण समजही त्याच्यापाशी नव्हती. त्याचे आपले वागणे सरळसोट असे. म्हणूनच लोक त्याला आडमाप म्हणत, भोळसट म्हणत, कुणी वेडसरही म्हणत. भपट्या हे काही त्याचे आडनाव नव्हते. पण लोकांनी हे नाव त्याला दिले होते. 'भपट्या' या शब्दाला तसा काही अर्थही नव्हता; पण त्या शब्दाने त्यांच्या डोळ्यापुढे गणा उभा राही. उंचीने विशेष असलेल्या सीतारामला ते 'ढंगाळा सीताराम' म्हणून ओळखत, सदा घाईत असलेल्या रामाला 'गटगट्या रामा' म्हणत, तसेच गणाला 'भपट्या' म्हणत. त्याचे मूळचे पाटील हे आडनाव बाजूला राहून हेच आडनाव त्याला आता चिकटले होते. लोक काही म्हणोत, पण हा माणूस गावात नसावा असे काही कुणाचे मत नव्हते.

आपल्या स्वतःच्या घरात मात्र गणा अगदी नावडता माणूस होता. पाटलाचा बारदाना मोठा होता. गणूसकट पाच भाऊ होते. चारांची लग्ने झाली होती. त्यांची बायका, मुलेबाळे याने पाटलाचे घर गजबजलेले होते. प्रत्येक जण आपापल्या ताकदीच्या मानाने रानातली कामे करीत असे आणि हा गणू मात्र काहीही करत नसे. दोन तिथे चार वेळा भाकरी खाऊन तो कसल्याही कामाला हात लावीत नसे. हरेक जेवणाला पाच-सहा भाकरी मुरगाळाव्या आणि निवांत उन्हाला बसावे, झाडाची गार सावली बघून झोपावे, कुठे तरी एका जागी गप्प बसून राहावे किंवा गावात हिंडावे, असे करून तो वेळ घालवी. मनाची करमणूक करायला त्याला कसलीही साधी गोष्ट पुरे होई. आता एखाद्याची डोई न्हावी करतो आहे ही गोष्ट काही विशेष आहे का? पण ते गणाला पुरे असे. सकाळच्या प्रहरी तो न्हाव्याच्या घरापाशी जाई आणि उन्हाला बसून न्हावी डोई करत असे ते बघत उभा राही. एक डोई झाली, दुसरी झाली, तिसरी झाली, तरी हा आपला उभा राहून बघत असे. मग न्हाव्यालाच कसनुसे वाटे आणि तो म्हणे, ''बसा की पाटील. उभं का?''

यावर रुंद जिवणी फाकून गणा गळ्याच्या घाटीपाशी हसे आणि धोतर सावरून धोंड्यावर, लाकडावर बसे. न्हावी डोई कशी करतो ते ध्यान देऊन बघत बसे. तास-दोन तास सहज जात. हीच गत सुतारमेटावर! सुतार लाकूड कसे तासतो आहे, रंधा कसा मारतो आहे, किकरे कसे फिरवतो आहे, हे बघण्यात गणाचे तासन्तास जात. लोहारमेटावर लोहार लोखंड कसे तापवतो आहे, घण कसे मारतो आहे, मोटा कशा सांधतो आहे, हे सगळे एखाद्याने गारुड्याचा खेळ बघावा तसे गणा बघत राही. कधी शाळेत, तर कधी चावडीत, कधी देवळात तर कधी पारावर, असा वेळ जाई. वाण्याचे दुकान, शिंप्याची मशीन, कुंभाराची भट्टी या सगळ्या जागी गणू जाऊन उभा राही

आणि त्याचा वेळ अगदी सुरेख जाई. करमत नाही असे कधी होतच नसे आणि त्यामुळे वेळ जात नाही म्हणून तरी हा काही उद्योग करील ही त्याच्या घरच्या माणसांची आशा फोल ठरे.

कधी-कधी वैतागून मोठा भाऊ गणाला म्हणे, ''अरं, रिक्कामा हिंडतोस त्यापरीस उद्योग केलास तर काय बिघडंल का?''

उगीच हसून भसाड्या आवाजात गणू विचारी, ''काय उद्योग करावा?''

''हां, लेका उद्योग कमी हाय व्हय रं घरात? मोट हाणावी, बैलं हिंडवावी, दारं धरावी –''

''बास, बास. हां, रानातला उद्योग तेवडा मला सांगू नकंस हां. अरं काय मिळायचं त्यात, गाजरं?''

शेतीचा उद्योग करून माणसाला पैका मिळतो, यावर गणाचा विश्वास नव्हता. किंवा कसलेच कष्ट करून कोण कधी श्रीमंत सावकार होईल, ही गोष्ट त्याला नामंजूर होती. कष्ट करून फार तर पोटाला तुकडा मिळतो, एखादे कांबरूण मिळते. बस! यापेक्षा जास्ती काही नाही. बक्कळ पैसा मिळवायचा तर कष्ट करून, तो मिळत नाही. ते तत्त्वच न्यारे आहे!

मग भाऊ म्हणे, ''नुसतं पोटभर गवत जरी रोज काढलंस बांधाचं तरी बास झालं.''

यावर हा-हा करून गणा हसे आणि विचारी, ''आन् गवतात किरडू चावलं म्हंजे रे? तोंडाला फेस येईल आन् आंग काळंनिळं पडून गना खल्लास हुईल. अलुलू! मला कळत न्हाई?''

आता इतकी माणसे रोज गवत काढतात, त्यांना सापच चावतात का? तोंडाला फेस येऊन आणि अंग काळेनिळे होऊन मरतात का? पण हे गणाला विचारायची सोय नाही. त्यानं एकदा घेतले की, गवत काढायला गेले की साप चावतो, म्हणजे कुणाचा देव आला तरी तो ऐकायचा नाही.

दुसरा भाऊ म्हणे, ''मिरच्या, वांगी घेऊन बाजाराला जात जा. दर आठुड्याला. काय तरी इक्री हुईल.''

गणा म्हणे, ''मी न्हाई बाबा! कुनी चालावं सा न् सा बारा मैल. माजं पाय दुकत्यात.''

आता हा एवढा गडी. चार ढांगा टाकल्या तर फर्लांग जाईल. पण गणाला चालणे मंजूर नव्हते. कुणबिकीतले कसलेच काम त्याला नको होते, कारण ते करून कुणी धनंतर होईल, गाड्याने पैसा मिळवील, गाड्या-महाल उठवील, लेकरान लेकरी जाईल एवढी कमाई करील हे शक्य नव्हते. पैसा मिळवायची ही वाट नव्हे!

अलीकडे भावांनी या बाबतीत गणाला काही विचारायचे सोडूनच दिले होते. जमिनीत एवढे पिकते आहे; पाखरे खातात, गुरे खातात, उंदरे खातात, त्याचे काय? त्याची जशी हळहळ आपण करत नाही, तशीच हा खातो याचीही करू नये. केव्हा

त्याच्या मनाला येईल, तेव्हा कामधंदा करील; नाही तर असाच जगेल, म्हातारा होईल, मरून जाईल. आपण विचार करू नये आणि पाचार करू नये, काय त्याच्या मनाला येईल ते करू दे, असे म्हणून त्यांनी गणाला फारिष्टांतच सोडले होते. आणि गणा आपला दोन तिथे चार-पाच भाकरी मुरगाळून खात होता, गावात हिंडत होता, गार झोपत होता. तो जिवाला तोशिस अशी देतच नव्हता.

परंतु याचा अर्थ असा नव्हे की, गणाला काहीच करावे वाटत नव्हते. असे दोन वेळा जेवावे, गार झोपावे आणि एके दिवशी म्हातारे होऊन मरावे, एवढीच त्याची इच्छा नव्हती. त्याचे-त्याचे स्वतंत्र असे गणित होते. आडमाप असला, भोळा असला, तरी गणाला त्याची-त्याची अशी एक ईर्षा होती. त्याला श्रीमंत व्हायचे होते; माडीत राहायचे होते. पण हे कष्ट करून होईल हे त्याला मुळीच खरे वाटत नव्हते. एकदम श्रीमंत व्हायचे तर काहीतरी लग्गा नशिबानेच लागला पाहिजे, अशी त्याची खात्री होती. कुठेतरी गुप्त धन सापडावे, कुणीतरी बाई खूश व्हावी आणि तिने गठुळे हवाली करावे, कुणीतरी धन्वंतर यावा आणि त्याने दत्तक घ्यावे, असे त्याला वाटत होते. असे काही घडल्याशिवाय माणूस श्रीमंत होतच नाही. आज जे-जे श्रीमंत, सावकार, पैसेवाले आहेत त्यांना पैसा असाच मिळालेला नाही. आपल्याला ठाऊक नसते इतकंच. पण असे नशीब फळफळल्याशिवाय पैसा मिळत नाही. कुणाजवळ चेटूक असते, कुणी पितरे पाळलेली असतात. कुणाला बंगाली विद्या अवगत असते, म्हणूनच त्यांना पैसा लाभतो. या जगाच्या पाठीवर जे-जे श्रीमंत आहेत, त्यांना यापैकी काही ना काही मिळाले आहे आणि ते मिळाले आहे म्हणूनच ते श्रीमंत झाले आहेत. एरवी पैसा ही गोष्ट मिळणे कठीण! कष्ट-बिष्ट, रोजगार-फिजगार – सगळे झूट आहे. अशी गणा भपट्याची विचारसरणी होती. आणि असे काही आपल्याकडे चालून येईल म्हणून तो गप्प राहून वाट बघत होता. रात्री झोपेत एखादे स्वप्न पडेल आणि पुरलेल्या धनाची जागा समजेल, अवचित एखादी परगावची बाई येईल आणि ती गठुळे देईल, कुणी धनवान उठेल आणि आपल्याला ओट्यात घेईल, एखादा दाढीवाला मांत्रिक येईल आणि चेटुक देऊन जाईल, एखादा अवलिया येईल आणि बंगाली विद्या शिकवील, याची गणा वाट बघत होता. बरेच दिवस तो आशा करीत होता.

वर्षामागून वर्षे उलटत होती आणि असे काही घडत नव्हते. पण गणा मोठा धीराचा माणूस होता; हुलग्याच्या वाफेचा नव्हता. तो वाट बघत होता. आहे, अशा गोष्टी धीराशिवाय घडत नाही. 'क्या खाना, तो दम खाना.' दम पाहिजे, उतावळा नवरा आणि गुडघ्याला बाशिंग असे उपयोगी नाही. हुरळली मेंढी आणि लागली लांडग्यामागे असे नाही. वाट बघितली पाहिजे. दम धरला पाहिजे. गणा वाट बघत होता. कधी-कधी त्याला वाटे की, काही खटपट केली पाहिजे, विद्या शिकली पाहिजे; पण ती कुठे शिकावी, कुणाकडे शिकावी, हे त्याला कळत नव्हते; आणि मग तो

आपली वाट बघत राही. कारण या कामी कुणाला विचारायची सोय नाही. का हो, तुमच्यापाशी शेंगदाणे आहेत का, असे एखाद्या वाण्याला विचारणे वेगळे, आणि का हो, तुम्हापाशी चेटुक आहे का, असे एखाद्याला विचारणे वेगळे. वाणी म्हणून एखाद्याला ओळखता येतं. तो दुकानच घालून बसलेला असतो; पण चेटकांचे दुकान कुठे असणार आणि असले तरी कसं समजणार? बंगाली विद्या... कोण-कोण कुठे शिकवते हे कसे समजणार? मिळून काय, जादू केली पाहिजे; विद्या शिकली पाहिजे हे खरे; पण खटपट करा म्हणजे काय करा? कुणी गुरू तरी भेटला पाहिजे? गुरूशिवाय विद्या कुठली? गणा भपट्या वाट बघत होता आणि कुणी गुरू भेटत नव्हता. बंगाली विद्या शिकता येत नव्हती. नशीब पुढ्यात आणून काही देत नव्हते. आणि स्वत: खटपट करावी, तर काही जमत नव्हते. आणि ही दोन्ही कामं जमत नव्हती म्हणून गणा आपला वाट बघत होता. जेव्हा घडेल तेव्हा घडेल, असे म्हणून स्वस्थ बसला होता.

आणि एके दिवशी गणाला कळ सापडली. अगदी सहजासहजी त्याला गुरू भेटला. त्याचे असे झाले, गावात एक हुशार गारुडी आला. कुठून आला, कसा आला, हरि जाणे. पण अगदी आमंत्रण धाडल्यासारखा तो आला आणि मारुतीच्या देवळापुढच्या पटांगणात त्याची बासरी वाजू लागली, कुडबुडे बोलू लागले. हां-हां म्हणता पोरे-ठोरे जमा झाली, लोक जमा झाले. लोकांची ही गर्दी झाली! तरी एका हाताने बासरी वाजवीत आणि एका हाताने कुडबुडे वाजवीत तो रिंगणातून रिता राहिला. लोकांनी फारच गर्दी केली, गारुडी कोणता आणि गावकरी कोणता हे ओळखू येईना, तेव्हा तो अंगाभोवती फिरायचा थांबला. मुसलमानी भाषा बोलून त्याने करंडीतून एक भला मोठा अजगर काढला. पडवळासारखा तो हातात लोंबता ठेवून, तो ज्याच्या त्याच्या नाकापुढे धरू लागला, आणि म्हणू लागला, ''हय बच्चे लोग, हटो, हटो – पीछे हटो.''

भाषा कुणाला कळली नाही. पण लोक भराभर मागे सरले. लांब जाऊन बघत उभे राहिले. मग दाढीवाला गारुडी पुन्हा म्हणाला, ''इतने दूर नहीं. नजीक आव.''

लोक एकमेकांच्या तोंडाकडे बघू लागले. मार्तंडा मांग हा काही दिवस मुंबईला होता, त्यामुळे त्याला मुसलमानी भाषा येत होती. तो लांबूनच गारुड्याला म्हणाला, ''तुम ये बाषेमें बोलना नहीं. इधर सब म्हराटी चलता है!''

गारुडी हां-हां करून हसला आणि म्हणाला, ''राम, राम मंडळी, अशे जरा जवळ या.''

लोक म्हणाले, ''बायली, काय जात गारुड्याची! मराठी भाषा येती की याला. अशी बारा गावचं पाणी पेलेली जात. सगळ्या भाषा येत असतील गुलामाला.''

मग गारुड्याने मंडळी मनाजोगती बसवून घेतली आणि खेळ सुरू झाला.

गारुड्याने साप सोडले. तोंडातून जाळ काढला. हातरुमाल जाळला आणि पुन्हा पहिल्यासारखा केला. एका लांब फडक्याला गाठी मारल्या आणि त्या फडके नुसते झटकून सोडवल्या. रिकाम्या डब्यातून कबुतरे काढली. जिलब्या-लाडू काढले. लोक अगदी खूश झाले. पोरांनी वरचेवर टाळ्या पिटल्या. गारुड्याने वरचेवर बासरी वाजवली. मोठी गंमत उडाली. पण या सगळ्या प्रकारात गारुड्याने जेव्हा मातीचा रुप्या केला, एका रुपयाचे दहा रुपये केले, तेव्हा खरा चकित झाला तो गणा. पहिल्यापासूनच तो सारखा खदाखदा हसत होता; पण जेव्हा गारुड्याने ही विद्या दाखविली तेव्हा त्याला वाटले, घावला रं घावला. आपल्याला गुरू घावला. मग खेळ संपला. चवलीपावली गोळा करून गारुड्याने बारदाना आवरला आणि तो दुसऱ्या खेड्याकडे जाऊ लागला. तेव्हा गणा त्याच्या मागोमाग गेला आणि वाटेवरच त्याने गारुड्याचे पाय धरले.

गारुडी म्हणाला, ''हे रं काय मर्दा?''

गणा म्हणाला, ''म्हाराज, मला ही विद्या द्याल का?''

''कसली?''

''तुमी मातीचा रुपाया केला, एका रुपायाचं धा रुपयं केलं. तवाच मला कळलं की, ही हातचलाखी न्हाई. खरं का न्हाई?''

''खरं तर! मी वाटंल त्याचा रुपाया करतो. शेणाचा, मातीचा, दगडाचा.''

''अस्सं?''

''तर, तर!''

मग गणाने आपल्या गुरूला हॉटेलात नेऊन चहा पाजला. पान खायला दिले. जेवू-खाऊ घातलं. दोन पायली ज्वारी घातली आणि त्याची फार विनवणी केली, ''म्हाराज, मला तुम्ही विद्या द्याच. काहीही करा; पण ही रुपये काढण्याची विद्या मला द्या.'' म्हणून त्या गारुड्याच्या मागे फार लागला. तेव्हा गारुडी म्हणाला, ''यार तू येडाच दिसतोस.''

''काय करायचं? लोक असं म्हनत्यात. ऐकून घेणं भाग पडतं!''

''शेतीवाडीचं काम सोडून तुला ही विद्या पायजे कशाला?''

''मला बक्कळ पैसा मिळवायचा हा गारुडीमहाराज. शेतीत काय मिळायचं?''

''माझी विद्या शिकलास तर बक्कळ पैसा मिळंल का?''

''आता तुमीच असं म्हणाल्यावर काय करायचं?''

''मग आम्ही का गावोगाव बोंबलत हिंडतो?''

गणाला थोडका विचार करावा लागला; पण मग त्याच्या ध्यानात आले. तो म्हणाला, ''महाराज, तुमच्या गुरूनं सांगितलं असंल, बेटा, विद्या मिळाली पर माजू नकंस. हरळीची मुळी खुडून खा. खरं का न्हाई?''

गारुडी हसून म्हणाला, "खरी गोष्ट."

"पर मला मातूर तुमी तसं सांगू नका हां महाराज. असा खोडा घालाल तर मी जागीच राहीन. काय?"

"यार, तू निव्वळ खुळा हायेस."

"असू द्या. खुळा म्हना, येडा म्हना, पर मला विद्या द्या."

मग गारुडा बोलला, "हे बग, माझ्या गुरूनं मला सांगितलं की, ही विद्या दुसऱ्याला दिलीस की तू सगळं गमावशील."

गणा घाबरून म्हणाला, "मग हो?"

"तुला वाचायला येतं का?"

"येतं उली-उली."

"मग असं कर. एक रुपाया कमरंला लाव अन् पंढरपूरला जा. तिथं बुकांची दुकानं आहेत. तिथं जाऊन या विद्यांची बुकं आण. त्यात मंत्र दिलेत ते कर. म्हणजे तुला पैसा मिळेल!"

"मिळंल?"

"हां. जाऊ का मी?"

"जा म्हाराज."

गारुड्याला गणानं नमस्कार केला. गारुडी निघून गेला.

मग गणा पुढच्या खटपटीला लागला. उसना-पासना करून त्याने रुपाया मिळवला आणि पाठीशी भाकरी बांधून तो पायी-पायी तीस मैल चालून पंढरीला आला. बुकांची दुकानं त्याने धुंडून काढली आणि 'इंद्रजाल' हे पुस्तक घेऊन तो तडातापडीने माघारी आला.

आल्यासरशी त्याने झाडाखाली बसून बुक उघडले आणि जिभेचा शेंडा वरचेवर नाकाला लावीत, डोळे बारीक-मोठे करीत पहिला मंत्र वाचला :

शनिवारी सकाळी उठून रानात जावे. अस्सल नाग-नागिणीशी जुगत असताना ती जोडी मारावी. एखादी पवित्र नदी बघून नाग एका तीरावर आणि नागीण दुसऱ्या तीरावर पुरावी. नंतर सात दिवसांनी जाऊन प्रथम नागाची जागा उकरावी. तिथे रुपाया सापडेल. नंतर नागिणीची जागा उकरावी. तिथे अधेली सापडेल. ही दोन्ही नाणी घरी घेऊन यावीत. ती अशा रीतीने ठेवावीत की, अधेलीची रुपायाशी गाठ पडू नये. मग रुपायाकडे रुपाया येत राहील आणि अधेलीकडे अधेली येत राहील. लागेल तेवढा पैसा मिळेल.

हे वाचून होताच गणा म्हणाला, "अरं, तिच्या बायली, अशी भानगड हाय का? रुपायाकडं रुपाया येतो आन् अधेलीकडं अधेली! पर दोनीची गाठ पडू द्याची न्हाई.

म्हंजे? हे जमावं कसं? रुपाया कमरंला आन् अधेली खिशात ठेवली तर? इतक्या शेजारी-शेजारी ठेवून भागायचं न्हाई. दोनी कधी ना कधी डोळा चुकवून मिळतीलच. त्याचा काय नेम? दोघांना लांब ठिवलं पायजे. एक त्या तिकडं आन् दुसरी ह्या हिकडं. रुपाया जवळ बाळगावा आन् अधेली लांब कुटं रानात पुरावी. पुष्कळ अधेल्या तिच्या भवती जमल्या, चांगल्या पोतंभर जमल्या, म्हंजे उकरून आणाव्या; आन् पयली, म्हंजे मुळातली अधिली तितंच ठिवावी. पर ती अमुकच म्हणून कशी बरं वळकावी? आं? घोटाळाच की. चुकून दुसरी अधेली राहिली तर तिच्याकडं कशा अधेल्या येणार? काय तरी खूण करून पुरावी का अधेली? दगडानं ठेचावी. पर ठेचल्या अधेलीकडं ठेचलेल्याच आल्या तर? त्या चालायच्या कशा? बाइली, तिढाच हाय सगळा!''

उन्हाला बसून, गणाने पुष्कळ विचार केला; पण अधेली आणि रुपाया एकमेकाची गाठ न पडता कसा ठेवावा, हे गणित त्याला सुटेना. निरनिराळ्या दिशेने त्याने विचार केला. फुटशिरी लग्न करून टाकावे आणि अधेली आपली बायकोपाशी ठेवावी; रुपाया आपल्यापाशी ठेवावा. हा विचार त्यातल्या त्यात बरा वाटला. पण त्यातही घोळ होता. रुपायाकडं रुपाया येऊन पैसा झाल्याशिवाय लग्न कसे करणार? आणि तोपर्यंत थांबायचे तर अधेली कुठं ठेवायची? गणाचे डोके अगदी फिरून गेले, कमरेला रुपाया आणि खिशात अधेली हेच सगळ्यात कमी धोक्याचे. दोन्ही नाणी आपल्या जवळ राहतील. गमावणार नाहीत; चोरीला जाणार नाहीत. पण यात धोका हा की, फार जवळ असल्यामुळे एखाद्या वेळी दोन्ही मिळण्याचा संभव फार. रुपया तरी अधेलीकडं जाणार, नाही तर अधेली तरी रुपायाकडे येणार. काय करावे? काही सुचेना, तेव्हा प्रथम नाणी मिळवू आणि मग काय करावयाचे ते ठरवू असे म्हणून त्याने विचार करणे सोडून दिले. नाग आणि नागीण कुठे असतात या शोधाला तो लागला.

पहिल्या तडाख्याला त्याने आपल्या भावाला विचारले, ''दादा, अशील नागाची जोडी कुटं मिळंल बरं?''

''कशाची जोडी?''

''नागाची. नाग अन् नागीन अशी जोडी. दुसरी-तिसरी चालनार न्हाई.''

भाऊ चकित झाला. कामधंद्याला बैलाची जोडी पाहिजे असते; पण हा माणूस नागाची जोडी कशाला विचारतोय?

''आं लेका, गारुडी-फिरुडी होतूस काय?''

''छ्या. पर सांग की कुटं मिळंल ते!''

''पर तुला पायजे कशाला?''

ही भानगड भावाला सांगितली तर सगळाच घोटाळा. चारी भाऊ वाटणी मागायचे. पाच-पाच आणे एकाएकाला वाटायला पाहिजेत. पाच आण्याकडे पाच आणे येऊन

पैसा कधी जमायचा आणि सावकार कधी व्हायचे?

गणा म्हणाला, "न्हाई, आपलं तुला इचारलं. मला ठावं न्हाई म्हनून."

"चमत्कारिकच मानूस हायेस तू गना. नागाबिगाच्या मागं लागू नकंस. नागाची जोडी मानसानं बघितली की, जोडीच्या जोडी अंगावर धावून येती आन् नर-मादी मिळून दोन्ही पायांच्या घोडशिरंला चावत्यात. लागलीच मानूस मरतो."

"असं का?"

"हां तर!"

"आन् आपण नजर चुकवून त्येंच्या टकुऱ्यात धोंडा घातला तर?"

भाऊ बघतच राहिला. गवत काढायला जा म्हटल्यावर किरडू चावेल म्हणून अलुलू करणारा गणा हे काय बोलतोय?

"गणा, तू भांग पिलीयास का गांजा वडला हायेस?"

"ह्या दोनीतलं एक बी माज्या जल्माला ठावं न्हाई."

"मग लेका, असं का तरकल्यागत बोलतुयास!"

"अरं, उगंच आपलं इचारलं रं. ठावं नसलं तुला तर सोड!"

मग नागनागिणीच्या पाळतीवर गणा रानमाळ धुंडू लागला. रोज सकाळी न्याहरी करून बाहेर पडावे आणि गचपणातून वारुळे बघत हिंडावे असा त्याचा क्रम सुरू झाला. महिना-दोन महिने तो असा रानातून हिंडला. जाऊ नये त्या जागी गेला. एक-दोन वेळा त्याला पडक्या विहिरीत धामीण नजरेला पडली. ओढ्याकाठी विरोळा नजरेला पडला. पण नाग काही दिसेना. तरी गणाने चिकाटी सोडली नाही. तो हिंडत राहिला. महिन्यांमागून महिने गेले – आणि एके दिवशी जंगलात त्याला नाग-नागीण एकत्र आढळली. हिरव्यागार हिरवळीवर ती दोन्ही जनावरे फणा काढून एकमेकांकडे बघत होती. त्यांच्या जिभा वरचेवर बाहेर येत होत्या. शेपट्या वळवळत होत्या. मस्त होऊन ती डुलत होती. शेजारच्या झाडावर बसून पाखरे ओरडा करीत होती. आभाळात तरंगत कावळे कोकलत होते. मग एकाएकी त्यांची मिठी पडली. त्यांच्या लांबसडक अंगाचा दोर वळला. दोन्ही जनावरे एकत्र झाली. सकाळच्या उन्हात त्यांची रूपेरी अंगे लखाखू लागली.

श्वास रोधून बघत असलेला गणा झाडाआडून त्वरेने पुढे झाला आणि हातातला भला मोठा धोंडा त्याने दोघांच्या डोक्यावर घातला. सटसट गुंफण सुटली. जमिनीवर शेपटे वळवळली. हिरवळीवर लाल रक्ताचे बारीक ओघळ ओघळले.

ती गुळगुळीत, सळसळीत नागजोडी गणाने उचलून घेतली आणि तो भराभर चालू लागला. रानातून, पिकातून, काटेकुटे तुडवीत नदीच्या दिशेनं चालू लागला. त्याने अवघड काम ते केले होते. आता फार वाट बघायची नव्हती. फक्त एक आठवडा. एक आठवडा गेला की, जाऊन उकरायचे आणि रुपाया अधेली घेऊन घरी यायचे.

त्या दिवसापासून पैशांची पिशवी भरायला सुरुवात. रुपायाकडे रुपाया आणि अधेलीकडे अधेली. पिशव्या भरा, पोती भरा, घर भरून पैसाच पैसा. लगीन करा, जमिनी घ्या, माडी बांधा – अहो, बाईसुद्धा ठेवा. काय हरकत आहे? एक का? मनात आल्या, तर दहा ठेवा. मजाच करायची म्हटल्यावर काय? आणि पैसा आल्यावर ती माणसाने का करू नये? कोण करत नाही? सगळे करतात. पैसे असलेले लोक हेच करतात. त्यांनी दुसरे काय करायचे?

नदीच्या ऐलतीरावर त्याने नागिणीला पुरले. खुणेसाठी एक भला मोठा धोंडा वर ठेवला. पैलतीरावर नागाला पुरले. खुणेसाठी मोठा धोंडा ठेवला आणि हात झाडून गणा भपट्या गावाकडे परत आला.

आल्या-आल्या त्याने वाण्याकडून एक विडीचा पुडा खरेदी केला. आणि तो वाण्याला म्हणाला, ''पैशे मांडा खात्यावर.''

''अरं, काय तुजी मिजास वागणटा! दुकानाची किंमत सांग की – घेतो.''

''आं?''

''तोंड वासून बघतोस काय? आठवड्यानं ये. पैशात पुरतो तुला!''

वाणी तोंड उघडे करून बघत राहिला आणि गणा बिडी ओढत झाकीने चालू लागला. त्याला आता कुणाची पर्वाच नव्हती. हॉटेलात येऊन त्याने ऑर्डर सोडली. चहा, चिवडा, पेढे, लाडू मागवले.

मालक म्हणाला, ''पाटील, पैशे हो?''

गणा बोलला, ''अरं गप. तुज्यासकट हाटेल इकत घीन. तू काय समजलास?''

''आज काय नशापानी केलीय काय?''

''आज न्हाई. आठवड्यानं तुला पाजीन. गावाला पाजीन!''

''अहो, झालंय काय तुमाला?''

''काय झालेलं न्हाई. आत्ता हाटेलात बसलेत, त्या सगळ्या लोकास्नी चहा दे, खायाला दे. पैसे आठवड्यानं!''

गणाच्या या बोलण्याने हॉटेलवाला सर्द होऊन गेला; पण त्याला नाही म्हणण्याची त्याची छाती झाली नाही.

गणाने आठवडाभर गावात धमाल उडवून दिली. एकाएकी या माणसाला पैसे कुठून मिळाले असावेत, याविषयी गावभर तर्क सुरू झाले. सर्वांच्या मते असे ठरले की, याला कुठे तरी सोन्याचा हंडा सापडला आहे. सोने मोडून घ्यायला आठवडा लागणार आहे. येडाबागडा होता; पण त्याची काळजी देवाला होती. त्याला नशिबाने हात दिला. मग लोक गणापाशी येऊन लाळ घोटू लागले. भाऊ त्याच्याशी आपुलकीने वागू लागले. भावजया त्याला गोडधोड घालू लागल्या. सगळे जण आठवडा कधी संपतोय याची वाट पाहू लागले.

आठवडा संपला. संपता-संपता एक जोराचा पाऊस पडला. दिवसभर आणि रात्रभर धोधाट पाऊस पडला. सकाळी उघडीप झाली, तेव्हा चिखल तुडवीत गणा नदीकडे आला आणि खुणेचे दगड बघू लागला. कशाचाच पत्ता लागेना. नदीला तुफान पूर आला होता आणि काठ सोडून नदी अलीकडे आली होती. झाडेझुडपे वाहून गेली होती. गाळ भरला होता. दलदल झाली होती!

गणाने वरचेवर हात चोळले, वरचेवर तो चुकचुकला, अरारा, पावसानं घोटाळा केला. रुपाया अधेली वाहून गेली. देवानं दिलं, ते कर्मानं नेलं!

झाल्या गोष्टीला दोन दिवससुद्धा उलटले नाहीत. गणानं धीर सोडला नाही. पुन्हा त्याने पुस्तक काढून वाचले :

अमावस्येच्या दिवशी संध्याकाळच्या वेळेला गावापासून चार फर्लांग लांब वाटेवर बसावे. या वेळी रानातून शेळ्यामेंढ्या, गुरे परत गावाकडे येत असतात. अशा वेळी भैरवनाथ एडक्यावर बसून येतो. हुशारीने त्याची टोपी काढून घ्यावी, आणि ती घट्ट धरून ठेवावी. भैरवाने टोपी दे म्हटले की, आपण आपल्याला पाहिजे ते – पैसाअडका, इच्छित स्त्री, स्थावर व जंगम इस्टेट वगैरे मागून घ्यावे. मागितले ते हाती पडले तरी टोपी देऊ नये. पुन्हा पाहिजे ती गोष्ट मागावी. जोपर्यंत टोपी तुमच्यापाशी आहे, तोपर्यंत तुम्हाला काही कमी पडणार नाही.

नागाची जोडी मारण्यापेक्षा ही सोपी गोष्ट होती. गणाला वाटले, हेच आपण का प्रथम केले नाही? ह्यात काही भानगड नाही. संध्याकाळी निवांत गावाबाहेर जाऊन बसायचे आणि एडक्यावर बसून भैरवनाथ आला की, त्याची टोपी हिसकायची. आता तो थोडी दंगामस्ती करील, हाणील, मारील – होय नव्हे होईल, पण तेवढे होणारच. अहो, सगळेच फुकट कसे मिळणार? तरीही हे काम सोपे आहे. नागासारखे भारी नाही. वणवण हिंडणे नाही, जिवाला तसा धोका नाही. नुसती भैरवनाथाची टोपी घ्यायची!

आणि नेहमीप्रमाणे अमावस्या आली. संध्याकाळच्या सुमारास गणा गावाबाहेर जाऊन बसला. दिवस मावळायला गेला होता. गुरे परतत होती. शेरडे परतत होती. दडून बसून गणा बारकाईने बघत होता. भैरवनाथ कसा ओळखायचा हे त्याला कोडे होते. पण तो पायी-पायी चालत नाही ही गोष्ट बरी होती. गुरांशेरडामागून बरेच लोक आले आणि गणाच्या समोरून गेले. यात कोणी भैरवनाथ नव्हता. कारण ते सगळे पायदळ होते. एडक्यावर कोणी बसले नव्हते. भैरवनाथ दुसऱ्या माणसाचे रूप घेऊन येतो असे पुस्तकात लिहिले नव्हते. गणाच्या ओळखीचीच माणसे जात होती; पण त्यात भैरवनाथ नव्हता. कारण बहुतेकांच्या डोक्यावर पटके होते. टोपी अशी कुणीच घातली नव्हती. त्यामुळे ओळखीच्या माणसाचे रूप घेऊन एडक्यावरून खाली उतरून भैरवनाथ जातो आहे, असे म्हणण्याची सोय नव्हती. हळूहळू अंधार पडला. लोकांची

रहदारी बंद झाली. डोळ्यात बोट घातले तरी दिसेना. गणा जागचा उठला आणि अगदी वाटेवर येऊन बसला. कारण आताच खरी वेळ होती. याच वेळेला भैरवनाथाचा एडका सपाट्याने जाणार होता. गणा नीट, सावध बसला. भैरवनाथाची चाहूल आली की, तो अंगावर उडी घेणार होता आणि टोपी हिसकावणार होता. नाथाने कितीही चलाखी केली तरी ही गोष्ट केल्याशिवाय मात्र गणा राहणार नव्हता. पण टोपी हातात आल्यावर शेंडी हातात आल्यासारखीच होती. मग नाथाच्या अंगात बळ कुठले? आणि बळ नसल्यावर तो झटापट करील कशाला?

एकाएकी खाकरल्याचे ऐकू आले आणि एडक्याची पावले वाजली. डोळे मोठे करून बघताच समोरून काळ्याभोर एडक्यावर बसून भैरवनाथ येताना दिसला. त्याच्या मागे आभाळ होते. त्यामुळे त्याचे डोके आणि त्याने घातलेली गोंड्याची टोपी दिसली. पण गणा जोराने पुढे झाला आणि त्याने उडीसरशी भैरवनाथाची टोपी हिसकली.

एडक्यावरून भैरवनाथ खाली उतरला आणि म्हणाला, ‘‘कोन हाय?’’

गणा म्हणाला, ‘‘मी गणा आहे. टोपी देनार न्हाई!’’

‘‘छ्या-छ्या, टोपी दे. मला जायाचं हाय!’’

‘‘देतो, पर मी मागंन ते दिलं पायजे!’’

‘‘काय?’’

गणाला मघापासून विडीची तलफ आली होती. तो म्हणाला, ‘‘पयली बिडी काढ!’’

भैरवनाथाने मुकाट्याने विडीकाडी दिली. गणा मनात म्हणाला, बघा कसा गुण हाय! दे म्हनलं ते देतोय. बरा घावलास गब्रू. थांब, अजून काय मागितलंय मी तुला! गुणाने दोन झुरके मारले. जरा बरे वाटले. टोपी त्यानं बंदोबस्ताने पोटापाशी खोचली होती. भैरवनाथाच्या कानाला गारठा लागू लागला.

गणा म्हणाला, ‘‘भैरवनाथ, तुमी न्हाई का वडत?’’

भैरवनाथ म्हणाला, ‘‘मला नको. जाऊ दे मला. टोपी दे.’’

गणा हसून म्हणाला, ‘‘पैशे काडा.’’

‘‘पैशे?’’

‘‘हां-हां. त्याशिवाय टोपी न्हाई मिळणार.’’

‘‘किती?’’

‘‘रुपायां हज्जार पायजेत ह्या घटकंला. मग पुन्हा बघू!’’

भैरवनाथ कळवळून म्हणाला, ‘‘इतकं पैसं माज्यापाशी कुठलं? बारा आणे हायेत. तेवढं देतो.’’

गणाला वाटले, बेताबेताने घ्यावे. बारा आणे तर बारा आणे, आपल्याला काय? टोपी नाही सोडली म्हणजे झाले!

भैरवनाथाने बारा आणे दिले. न मोजता ते गणाने कमरेला लावले आणि तो म्हणाला, ''सोनं दे दहा तोळे.''

भैरवनाथाने मघाच याला जोखला होता. बिडी मागणारा आणि बारा आणे घेणारा हा वाटमाऱ्या काही खरा नाही हे त्याला कळून चुकले होते. माती उकरण्यासाठी बरोबर घेतलेली कुदळ त्याने हलक्या हाताने गाढवाच्या पाठीवरून काढली आणि बघता-बघता गणाच्या टकुऱ्यात तुंबा हाणला. तोडल्या झाडासारखा गणा खाली पडला. भैरवनाथ कुंभाराने आपली टोपी काढून घेतली आणि बोंब होण्याच्या आत निसटावे म्हणून तो गाढवाला टाच मारून आपल्या गावाकडे निघून गेला.

सकाळी गावात ओरडा झाला. गणा पाटलाला मारून कुणीतरी पांदीत टाकलाय अशी बोंब झाली. चारी भाऊ धावले. त्यांनी पालखी करून गणाला घरी आणले. जखम बांधली, वारा घातला, पाणी पाजले.

थोरल्या भावाने विचारले, ''गणा, तुला कुणी हाणलं?''

गणा काही बोलला नाही. पण तो काहीतरी खिशात हुडकत होता.

''गणा, तंबाखू पायजे का?''

गणाने मान हलवून नको म्हटले.

''मग काय बघतोस खिशात?''

खिशातले बारा आणे काढून, ते भावाला दाखवून गणा म्हणाला, ''माजी ताकद कमी पडली रं. न्हाई तर बराबर टोपी हाणली होती. हे बगा, भैरवनाथानं बारा आणं दिल्यात. पर दादा भैरवनाथाची ताकत भारी. असला मी; पर एका रङ्ग्यात त्यानं खाली निजिवला!''

भावाला काही कळले नाही. हा बरळतोय म्हणून त्याने सोडून दिले. गणाला ताप चढला. जखमेत पू झाला. महिना-पंधरा दिवस गणा भपट्या अंथरुणावर पडून राहिला.

थोडा बरा होताच त्याने पुस्तक काढले आणि उन्हाला बसून, तो पुन्हा वाचू लागला :

कुकुडकुंभा हा पक्षी, पाण्याशेजारी आणि वेळूच्या बेटात राहतो. तो बाहेर गेल्याचे बघून त्याच्या घरट्यात साल, वृक्षाच्या काटक्या टाकाव्या. त्या काटक्या कुकुडकुंभ्याची पिले चोचीने उचलून पाण्यात टाकतील. त्यातील जी काडी पाण्यावर तरेल, ती घरी आणावी. काडी ज्या वस्तूस लावाल ती सोन्याची होईल!

आजारीपणानं खंगलेला गणा म्हणाला, अरं तिच्या बाईली, हे बी बरं हाय की! काडी लावली की सोनं. घर सोन्याणं भरंल. दहा-बारा सराफकट्टं आपल्या मालकीचं होतील.

मग तो दादापाशी जाऊन म्हणाला, ''दादा, कुकुडकुंभा पक्षी कसा दिसतो बरं?''

■

'सत्यकथा', सप्टेंबर, १९५५

चि म ण्या

जवळजवळ दहा वर्षांपूर्वी मी माझे खेडे सोडले आणि अनेक माणसांचा, वास्तूंचा, पशुपक्ष्यांचा संबंध तुटला. प्रत्यक्ष सहवास राहिला नाही, तरी आठवणी राहिल्या. जसाजसा काळ जातो आहे, तशातशा या आठवणीही पुसट होत जात आहेत. आणखी काही वर्षांनी त्यापैकी काही आठवणी राहणारही नाहीत, कुणी सांगावे?

मी खेडं सोडलं आणि घर-चिमण्यांशी असलेला माझा संबंधही तुटला. शहरात चिमण्या नाहीत असे नाही. माणसांची जिथे-जिथे वस्ती आहे, तिथे चिमण्या असतातच, पण शहरात चिमण्या-कावळ्यांकडे ध्यान कुठे जाते? सदैव कलकल करणाऱ्या, वेगडे-बागडे रूप असलेल्या चिमण्यांपेक्षा ध्यान वेधणाऱ्या कितीतरी अन्य गोष्टी शहरात असतात. चिमण्यांकडे पाहतो कोण? आणि पाहण्याइतपत फुरसत तरी आहे कुणाला?

माडगूळला आमच्या जुन्या घरी चिमण्या फार होत्या. इतक्या की, सारे घर चिमण्यांचे आहे आणि आम्ही आपले त्यात पाहुणे म्हणून राहत आहो असे वाटावे. माझ्या लहान भावंडांना दूधभात चाखताना, माझ्या आईला कधी ये गं चिऊ, ये गं चिऊ, अशा हाका मारून कल्पनेतल्या चिमण्यांना बोलवावे लागत नसे. सकाळपासून संध्याकाळपर्यंत अनेक चिमण्या घरात वावरत असत. फाल्गुन महिन्यात खळी होत ज्वारीच्या पोत्यांनी घरे भरत. त्या सुगीला आमचा वाटेकरी गुडदी कणसांचा एक भला थोरला झुंबडा आणून सोप्याच्या दर्शनी भागावर टांगीत असे. पाणी ठेवण्यासाठी मातीचा एक परळही या कणसांच्या शेजारी टांगलेला असे. सुगीला आलेले धान्य

आम्ही वर्षभर पुरवीत असू, पण या दंगेखोर चिमण्या ज्वारीच्या दाण्यांनी भरलेला हा झुंबडा महिन्याभरात संपवून टाकीत. हा खाऊ घरचाच आहे, तो पुरवून-पुरवून असा नडीअडीला खावा, एरवी बाहेर हिंडूनच पोटे भरावी असा विचार काही या बायांना सुचत नसे. महिन्याभरातच कणसांचा झुंबडा त्या ओरबाडीत, दाणान्दाणा त्या टिपून खात आणि श्रावणात व्हंडीची खळी होईपर्यंत, चिमण्यांनी दाणा झोडपून नेलेल्या त्या पिशा वाऱ्याने हेलकावे खात राहत.

जुन्या घराच्या आतील चौकात बाजीनानांनी लावलेले कडुलिंबाचे झाड होते. त्यावर चिमण्यांची वस्ती असे. पहाटे माझे वडील जागे होऊन अंथरुणावर बसत. अंगावर धाबळी घेऊन, 'उठा-उठा हो सकळिक, वाचे वदा गजमुख,' भूपाळी म्हणत. या वेळी कोंबडे, कावळे जागे होऊन बोलत असत, साळुंक्या कुलकुलत असत, व्हले हुंकारत असत. पण चिमण्या अद्याप गुडूप झोपून असत. आम्हा मुलांप्रमाणेच चिमण्यांनाही लवकर उठण्याचा कंटाळा येई. वडिलांच्या भूपाळ्या होत. आईचे शेर-पायली दळून होई. अंगणात सडा-सम्मार्जन होई. दिवस उगवे आणि मग चिमण्या हळूहळू जाग्या होत. जाग आली तरी आम्ही अंथरुणात लोळत असू. चिमण्याही अंग फुगवून डहाळ्यातून बसून राहत. आळस झाडून लगेच उठावे आणि पोटापाण्याच्या उद्योगाला लागावे, हे त्यांच्या हातून होत नसे. दिवस थोडासा वर आला आणि पूर्वेकडे ताड असलेल्या नव्या सोप्याच्या भिंतीवर कोवळी उन्हे पडली की, चिमण्या झाड सोडून खाली येत. पाडव्या दिवशी गुढी उभारण्यासाठी म्हणून ठेवलेली एक भली मोठी आणि उंच अशी काठी आमच्या घरी होती. पाडवा झाला की, ती काठी नव्या सोप्यात पानपट्टीला लागून आडवी टांगलेली असे. धुणी वाळत घालण्यासाठी तिचा उपयोग होई. निंबावरून खाली उतरलेल्या चिमण्या या काठीवर येऊन बसत. गळ्यापाशी काळ्या रंगाचा छान ठिपका असलेले आणि विटकरी रंगाचा कोट घातलेले चिमणे सकाळी-सकाळीच मोठ्या रंगाला येत. शेजारी बसलेल्या चिमण्यांना धक्के मारीत. चिमण्या बापड्या संकोचाने बाजूला सरत. हळू आवाजात नापसंती बोलून दाखवीत, पण चिमणे दांडगावा करीत. जास्तच धक्के मारीत आणि कानडी भाषेत मोठमोठ्याने काही-काही बोलत. चिमण्यांना सारे सोसून घ्यावे लागे. त्या काठीवरून इकडे-तिकडे सरत, कुरकुरत, आपसात कुलुकुलु बोलत पिसे चोची साफ करीत. चिमण्यांचा हा खेळ चाललेला असे, तेव्हा काठीची सावली सोप्याच्या भिंतीवर पडलेली असे. शाडूने सारवलेल्या भिंतीवर सावल्यांचा सिनेमा दिसे. लांबलचक काठी आणि तिच्यावर बसलेल्या पाच-पन्नास चिमण्या, त्यांचे हलणे, धक्के मारणे आणि चोचीत चोची घालणे, सगळे पाहताना मोठी गंमत वाटे. सिनेमातल्या चिमण्या धरून ठेवाव्या असे वाटे.

आपली पांढरी पोटे उन्हाला देऊन चिमण्या काठीवर बसत. उन्हं खाऊन झाली

की, त्यांना भूक लागे. याच सुमारास आम्हालाही लागे. शिळी भाकरी, कांदा आणि ताजे ताक घेऊन आम्ही भावंडे सोप्याच्या उन्हाला न्याहरी करायला बसलो म्हणजे काही चिमण्या दोन पायांवर उड्या मारीत ताटासमोर येत, माना वाकड्या करून ताटाकडे, आमच्या तोंडाकडे बघत. मग त्यांना भाकरीचा चुरा द्यायला नको का? जुन्या सोप्यात धान्याची पोते रचून ठेवलेली असत. पाच-पंचवीस चिमण्या त्यांच्यावर गर्दी करत. चोचीने टोचून-टोचून गोणपाटाला भोके पाडीत आणि धान्य खात. खाताना बोलणेही चालूच असे. काही चिमण्या माजघरात शिरत. तांदळाची रोळी उघडी दिसली की, तोल संभाळीत रोळीच्या काठावर बसून तांदूळ चोरीत. करंडीत, सुपात भाजी दिसली की, तिचे कोवळे शेंडे खुडत. कुठेही तोल संभाळीत बसावे, सारखे बडाबडा बोलावे, दिसेल ते चुटूपुटू टिपावे असा त्यांचा सपाटा चाले. अंगणात, सोप्यात, माजघरात, स्वयंपाकघरात, परसात सगळीकडे त्यांचा दंगा चालू राही. जसे काही पेंढार सुटले आहे!

जेवणे होऊन तिसरा प्रहर होत आला तरी त्यांचा दंगा काही बंद होत नसे. मग त्यांची पांढरी पोटे भरत. आडावरच्या डोणेवर बसून पाणी पिणे होई. चिमण्या फिरून सोप्यात येत. धान्य खाल्ले, पाणी प्यायल्यावर मग थोडे निवांत बसावे की नाही? पण नाही! मग भर्रऽ भर्रऽ इकडे-तिकडे भरारी घे असा खेळ सुरू होई. ज्या जागी एक बसे त्याच जागी दुसरीला बसायला हवे असे आणि एका जागी आल्या की दोघींचे जमत नसे. पंखांचा फडफडाट आणि चोचींची वटवट अखंड चालू राही. शिवाशिवीला, मारामारीला, भांडणाला ऊत येई. जेवणे झाल्यावर घोंगडी जेने अंथरूण मोठी माणसे थोडी लवंडत. आम्हालाही धाकदपटशा दाखवून झोपवीत. सगळीकडे कसे शांत असे, पण चिमण्यांचा दंगा काही थांबत नसे. त्यांच्या वटवटीने, मुलांच्यावर सहसा न ओरडणारे माझे वडीलसुद्धा त्रासून जात. धोतराचा सोगा हवेत उडवीत चिमण्यांना तंबी देत – "शुकऽऽ शुकऽऽ काय गलका मांडलाय? जरा स्वस्थ पडू द्या!"

पण एवढे बोलून चिमण्या कुठे ऐकायला! टाळ्या वाजवाव्या, काठ्या वाजवाव्या तेव्हा कुठे खुंट्या, कोनाडे, भानवटी सोडून या बाहेर पळत. पण घटकाभरच. बोलल्याची काही लाज नसे. पुन: एकीपाठीमागे एक अशा भरारत गोंधळ करत पाच-पंचवीस जणी आत येत. पुन्हा पहिल्यापेक्षा दुप्पट दंगा सुरू होई.

संध्याकाळी चार-साडेचार झाले की, पुन्हा खाण्यासाठी शोधाशोध सुरू होई. काही बाप्ये, बाया बाहेर पडत. गावातली घरे, लोकांची अंगणे, गावाशेजारी राने धुंडून संध्याकाळी सहा-साडेसहा झाले की, गुरांच्या आधी या घरी परत येत. लिंबावर झुंबड उडे. जणू काही चंपाषष्ठीची खंडोबाची यात्रा भरली आहे, असा आवाज होत राही. निंबाची डहाळीनूडहाळी हलून निघे. 'मी इथे बसणार, तू तिथे

बैस, ही माझी जागा आहे. ती तुझी जागा आहे,' अशी तू-मीची भाषा चांगलीच घंटा-अर्धा घंटा चाले आणि मग कसे शांत होई. गलग्याला, भांडणाला कंटाळून काही चिमण्या घरात येत. खुंटीवर किंवा कडापाटाच्या हलकड्यांतून डोळे मिटून बसून राहत. याचवेळी आमची निजानीज होई. अंथरुणावर पडल्या-पडल्या आमच्यापैकी एखाद्याची नजर खुंटीवर फुगून बसलेल्या चिमण्याकडे जाई. अंथरुणे सोडून आम्ही त्या उद्योगालाही लागत असू. बहुतेक वेळा हा उद्योग फळाला येत नसे. कधी चिमणा गुंगारा देई तर कधी आई ओरडे – 'नका रे चांडाळांनो, मुक्या पाखराला त्रास देऊ. रात्री त्यांचे डोळे जातात.'

आई आमच्यावर ओरडे, पण मांजरावर ओरडत नसे. आमचे मांजर दिवसभर चिमण्यांवर टिपून असे. दोन्ही वेळचा दूध-भात खाऊनही त्याची चिमण्यांवरची वासना उडत नसे. पण चिमण्याही त्याला ओळखून असत. सोप्यात, अंगणात नाचताना आपण खाण्यात गर्क आहोत, कोपऱ्यात दबून असलेल्या मांजरांकडे आपले काही ध्यान नाही असा बहाणा त्या करत. पण खरे तर, त्यांचे पक्के ध्यान असे. तिन्ही त्रिकाळ त्या सावध राहत. त्यामुळे मांजराचा बेत सारखा फसे. दिवसाउजेडी तर चिमण्या मांजराचे काही जमूच देत नसत. रात्री अंधारात मात्र कधीमधी मांजराला संधी सापडे. जमिनीवरून कोनाड्यात आणि कोनाड्यातून खुंटीवरच्या चिमणीवर हा कठीण बेत कधी एखाद्या रात्री पार पडे आणि दुसरे दिवशी नको त्या ठिकाणी माझ्या आईला चिमण्यांची पिसे दृष्टीला पडत. कधी रात्रीच्या वेळी एकदम ध्यानीमनी नसताना लिंबावर झोपी गेलेल्या चिमण्या फर्रकन उडत आणि दुसऱ्या दिवशी मनीची दूध भातावरची वासना उडे!

आमची पासोडी आणि मनीची उडी चुकवावी या बुद्धीने काही चिमण्यांनी परसातल्या आडात घरे केली होती, पण पाण्याचा तरी विश्वास धरावा का? दर दोन-तीन महिन्यांनी पाण्याला वास येई आणि उपसा करावा लागे. काही वेळा आडाच्या जुन्या बांधकामात साप शिरून चिमण्यांवर संकट येई. चार-दोन चिमण्या कामी येत.

परसात आम्ही अंघोळी करून वाहणारे सांडपाणी पाहून चिमण्यांनाही अंघोळ करण्याची लहर येई. ओढ्यात पाण्याची धार कमी असली की, माणसे जशी खाली वाकून ओंजळीने पाणी पाठीवर उडवतात, तशा या चिमण्या धारेला बसत आणि पंखाने पाणी उडवून अंगावर घेत. रोजच्या रोज त्या काही अंघोळ करत नसत, पण जेव्हा करत तेव्हा मात्र अगदी आनंदाने करत. पाऊस अंगावर घेत. लहान मुले जशी काळ्यामाळ्या करतात, हसतात, ओरडतात तशी त्यांची सांडपाण्यात अंघोळ चाललेली असे. मुलांप्रमाणे चिमण्यांना मातीत खेळणेही आवडे. घर सारवण्यासाठी पांढरीच्या मातीचा ढीग अंगणात पडला की, चिमण्या खुशाल त्या ढिगावर खेळत.

सारे अंग मातीने भरवून घेत. डोक्यात पसापसा माती घालून घेत. सांडपाण्यात अंघोळ करताना जितका होई, तितकाच आनंद त्यांना माती घालून घेताना होई.

कोठी करणे आणि पोरे घालणे या बाबतीत चिमण्यांचा काही ठरावीक काळ आहे की नाही, हे मला माहीत नाही. पण वर्षभर हा उद्योग चालत असावा. माझ्या आठवणीप्रमाणे एप्रिल-मे महिन्यात चिमण्या घरे बांधण्याची धांदल करीत. पुष्कळशी इतर पाखरे आपली घरे बांधण्याची धांदल करीत. पुष्कळशी इतर पाखरे आपली घरे झाडावर बांधतात, पण चिमण्यांचा माणसाशी घरोबा जास्त. माणसांनी बांधलेल्या घरातच जागा पाहून त्या आपलीही घरे उठवतात. योग्य जागा पाहून बांधलेल्या माणसांच्या घरातसुद्धा चिमण्यांना काही लवकर चांगलीशी जागा सापडत नाही. भानवटी, तुळ्यातील मोक्याच्या जागा हेरण्यातच त्यांचा फार वेळ जातो. काही-काही जोडपी घर बांधण्यासाठी अशी चमत्कारिक जागा पसंत करतात की, बोलून सोय नाही. या जागी घर होणार नाही, हे त्या बापड्यांच्या ध्यानीच येत नाही. गावभर हिंडून सुतळ्यांचे तुकडे, वाखाच्या बटा, कोंबड्यांची पिसे, कापूस असले काहीबाही चोचीत आणून ते त्या अयोग्य जागी हवे तसे ठेवण्याचा त्यांचा वेडा प्रयत्न चालू राहतो आणि इमला काही उठत नाही. पुष्कळसे घरबांधणीचे साहित्य वाया जाते. चिमण्यांची घरबांधणी सुरू झाली की, नवा सोपा झाडताना असे कितीतरी घरबांधणीचे सामान माझ्या आईच्या केरसुणीवरून बाहेर जाई आणि उकिरड्यावर पडे! पुष्कळशी इतर पाखरे घरबांधणीच्या शास्त्रांत पारंगत असतात. सुगरणीचा हात तर याबाबतीत कुणीच धरू शकणार नाही. आपले घर त्या असे देखणे आणि डौलदार बांधतात की, भल्या-भल्या गवंड्यांनी तोंडात बोटे घालावीत. या चिमण्या म्हणजे सुगरणीच्याच जातभाई, पण यांना घरे कशी बांधावीत हे मुळीच कळत नाही. 'एक होती चिमणी, एक होता कावळा,' या प्रसिद्ध शिशुकथेतील चिमणीने मेणाचे घर बांधून पावसाळ्यात निर्वासित झालेल्या कावळ्याला जागा दिली, हे काही खरे वाटत नाही. घरबांधणीचे शास्त्र चिमण्यांना माहीतच नाही! त्यांनी ते सुगरणीकडून शिकले पाहिजे.

एप्रिल-मेमध्ये घरे बांधण्याचा सपाटा सुरू होईल. पत्त्याच्या बंगल्याप्रमाणे ही घरे वरचेवर ढासळत. चिमणा-चिमणी अतोनात कष्ट करत आणि मग कधीतरी गुपचूप चिमणी आपल्या लहान घरट्यात तीन चिमणी अंडी घाली. ऐसपैस घरातील अंडी नीट राहत, पण अडचणीत अपुऱ्या जागेत बांधलेल्या घरातील अंडी आपल्या आई-बापांच्या धक्क्याने वरून खाली पडत आणि फुटून जात. लवकरच तुळ्यातून बारीक चिवचिव ऐकायला येई. मुलांना खाण्याजोगे अन्न शोधण्यात चिमणा-चिमणी दिवसभर गर्क राहत. लहान आळ्या चोचीत पकडून आणाव्या, घराबाहेर बसून डोकेच तेवढे आत घालावे, पोरांनी 'मला-मला' म्हणून दंगा करावा, कुणीतरी एकानेच सगळे मटकवावे आणि इतरांनी चिमण्या चोची वासून रडत राहावे. मग

चिमणीने पुन्हा बाहेर जाऊन काही घेऊन यावे. असा प्रकार चालू राही. चिमण्यांची बाळे हळूहळू वाढू लागत.

कधीमधी एखादे चळवळे पोरही अंड्याप्रमाणे टपकन खाली पडे आणि मरून जाई. एखादे टणक पोर वरून पडूनही जिवंत राही. पंख न फुटलेला तो लालभडक मांसाचा गोळा चोच वासून आमच्याकडे बघे. चिमणा-चिमणी वारंवार आमच्या डोक्यावरून घिरट्या घालत. त्या पोराला पाणी पाजून पुन्हा घरट्यात ठेवण्याचा प्रयत्न आम्ही करीत असू आणि त्या प्रयत्नात ते बापडे पोर मरून जाई. काही पोरे मोठी होऊन घरातून खाली उतरत. आई-बाप त्यांना उडावे कसे हे शिकवत. पोरे भीत आणि बदाबद खाली पडत. बऱ्याच प्रयत्नाने त्यांना उडायला येई. उडायला येऊ लागले आणि पंखात चांगले बळ आले की, ती मुले आई-बापांना विसरत आणि दाही दिशांना उडून जात. आपापला संसार थाटीत. आपापली पोटे भरीत. मग पुन्हा त्यांना आपल्या आईवडिलांची आठवण काही होत नसे.

जोपर्यंत मी माझ्या जुन्या घरात होतो, माझ्या पंखांत बळ आले नव्हते, तोपर्यंत हा प्रकार मी पाहत होतो. पुढे ते जुने घरही गेले, तो निंबही गेला आणि माझा चिमण्यांशी असलेला संबंधही तुटला!

गेल्या एप्रिलमध्ये मी माझ्या पुण्याच्या घरात आजारी पडलो. पायाचे ऑपरेशन झाल्यामुळे मला अनेक दिवस कॉटवर पडून राहावे लागले. पायाच्या पायी मी सर्व बाजूंनी लंगडा झालो. या काळात मला चालता येत नव्हते. झोप लागत नव्हती. दिवसभर वेदना सोशीत मी अंथरुणावर पडून असे.

या वर्षी उन्हाळा फार होता. झोपायच्या खोलीतून मी माझे अंथरूण लिहायच्या खोलीत आणले होते. दारातील मनरंजनीच्या वेलाची फुलांनी डवरलेली तांबडीलाल डहाळी बघत, बहरलेल्या मोगऱ्याचा सुवास हुंगीत मी कॉटवर पडलो असताना एके दिवशी माझ्या घरात चिमण्यांची पाच-सहा जोडपी शिरली आणि सगळे घर धुंडू लागली. त्यांच्या दंग्याने घर भरून गेले!

मला मोठा आनंद झाला! कितीतरी दिवसांनी ही मंडळी पुन्हा माझ्याकडे आली होती. पण हे घर काही आमच्या जुन्या घराप्रमाणे चिमण्यांना सोयीस्कर नव्हते. येथे तुळया, खांडे नव्हती. कलचा नव्हत्या. दगडमातीच्या भिंती नव्हत्या. चिमण्यांनी जागा कुठे पसंत करावी आणि घर कुठे बांधावे? भिंतीवर टांगलेल्या तसबिरीच्या मागे राहणे त्यांनी पसंत केले असते, पण माझ्या घरात फार मोठ्या तसबिरी नव्हत्या आणि भिंतीची उंचीही अगदी मामुली होती. विजेचे दिवे भिंतीला लागून असत, तर त्याच्या थरडीमागे त्यांनी इमला बांधला असता, पण इथे सगळे दिवे अधांतरी लोंबते होते. अंथरुणावर पडल्या-पडल्या मी चिमण्यांना सोयीस्कर अशी जागा बघितली,

पण कुठेही जागा म्हणून नव्हती. भाडेकरूंच्याच नव्हे, तर चिमण्यांच्याही दृष्टीने आपले राहते घर फार गैरसोयीचे आहे, फार दिवसांनी आलेल्या चिमण्या निराश होऊन परत जातील, असे मला वाटू लागले.

दोन-तीन दिवस चिमण्यांनी सगळ्या घराची कसून तपासणी केली. घर बांधण्यालायक इथे प्लॉट नाही, अशी खात्री झाल्यावर त्या निघून गेल्या. खिडकीतून होणाऱ्या त्यांच्या भराऱ्या थांबल्या. बडबड ऐकू येईनाशी झाली. माझे अडीच खोल्यांचे घर पुन्हा ओके-ओके वाटू लागले.

चार दिवस गेले. माझ्या उशाशी, डाव्या बाजूला भिंतीत कपाट होते. आणि उशाला तर खिडकी होती. भिंतीतील कपाट पुस्तकांनी भरलेले होते. कपाटावर अर्धवर्तुळाकार कोनाडा होता. त्यात मी माझा चित्रकलेचा लाकडी फळा ठेवलेला होता. एका चिमण्याच्या जोडप्याने कलेच्या आश्रयाने राहायचे ठरवले आणि भराभर बांधकाम सुरू झाले. अंथरुणावर पडल्या-पडल्या एका अंगावर होऊन, मी हे बांधकाम पाहत होतो. ऐन उन्हातान्हात नवराबायको राबत होती. चोचीतून काड्यादोरे घेऊन येत होती, फळ्याखाली शिरत होती. बाराएकचा सुमार झाला की, माझ्या उशाच्या खिडकीत बसून ती दोघेही अंमळ विसावा घेत. हळू आवाजात पुढचे बेत बोलत. मधूनच चिमणा उडून जाई. एखादी काडी घेऊन येई. उन्ह इतकं होतं की, कधी-कधी ती दोन्हीही पाखरे आपल्या चिमण्या चोची उघडून धापा टाकीत गप बसून राहत. पण त्यांच्या कामात खंड पडला नाही. बांधकाम अर्धवट राहिले नाही.

फळ्याआडचे बांधकाम केव्हा पुरे झाले ते मला कळले नाही. पण चिमण्यांच्या चोचीतून काड्या दिसेनात. चिमणा एकटाच असा खिडकीत बसू लागला तेव्हा मी ओळखले की, घर पुरे झाले आहे, आणि मी जसा बाबीच्या वेळेला प्रसूतीगृहाच्या व्हरांड्यात बापुडवाणा होऊन उभा होतो, तसा हा चिमणा आपल्या घराबाहेर उभा होता.

आणखी काही दिवस गेले आणि एके दिवशी सकाळी उठल्या-उठल्या माझ्या कानांवर नाजूक चिवचिव आली. चिमणीची सुटका झाली होती. बाळ-बाळंतीण सुखरूप होती. मग चिमणा एकटाच बाहेर काम करू लागला, बाळांना आणि बाळाच्या आईला खायला घेऊन येऊ लागला. पुढे बाळंतीणही हळूहळू घराबाहेर पडू लागली. पण बाळाच्या वडिलांप्रमाणे ती फार उशीरपर्यंत बाहेर राहत नसे. वरचेवर घराच्या दाराशी बसून, ती मुलांना हाका मारी –

"बाळांनो झोपला का रे? बाळांनो भूक लागली का रे?"

आईची हाक येताच मुले आतून आई... आई करून ओरडत. त्यांचे ओरडणे कानी आल्यावर आईचे भित्रे मन निवांत होई. मग आत शिरून पोरांच्या वेढ्यात गुंतून न राहता, ती किडामुंगी टिपण्यासाठी पुन्हा बाहेर पडे. मुलांचा आवाज बंद होई.

मी वाट पाहत होतो. आता लवकरच मुले बाहेर पडतील, माझ्या एवढ्याशा घरात त्यांचे हिंडणे-फिरणे सुरू होईल. बाळांचे आईबाप त्यांना उडण्याचे धडे देतील. मुले घाबरून रडतील. मग आई म्हणेल –

''रडायचं नाही राजा, शहाणा ना तू, हं उचल पंख. हे बघ अस्से उचलायचे. उचललेस, आता हलव असे.''

''मला भीती वाटते.''

आई इतका सोशिकपणा आणि माया नसलेला बाप थोडा रागवेल आणि मुलांना दरडावील, ''भीती कशाची वाटते? फाजील कुठला! लोकांची मुलं बघ कशी भराभर उडतात. भागुबाई, म्हणे मला भीती वाटते!''

मग आई म्हणेल, ''दटावू नका हो त्याला. दटावण्यानं जास्तच घाबरेल तो. हलव राजा पंख.''

''मी नाही जा. मला भीती वाटते.''

बाप आणखी रागावेल. काही लाड नकोत. पडलास म्हणून काही पाय मोडत नाही. लागेल थोडेसे. कांगावा कशाला करतोस उगीच?

मग मुलगा उडेल आणि धडपडून पडेल. त्याचे अंग भिंतीवर आपटेल. मग आईबाप त्याला पोटाशी धरून समजावतील.

पडे-झडे माल वाढे! पडत-झडतच ही मुले उडायला शिकतील आणि मी जसा पुण्याला आलोय तशा कुठे तरी जातील. आपल्या आईबापांना बोटभर चिठ्ठी पाठवायची आठवणदेखील त्यांना कधी होणार नाही.

मी असे भविष्य रंगवीत होतो, पण झाले वेगळेच. मुले मोठी होऊन घराबाहेर पडायच्या आतच तो नाजूक आवाज एके दिवशी बंद झाला. चिमणा-चिमणी दाणा घेऊन येईनात. रिकाम्या चोचीने घरट्याबाहेर बसून, चिमणी ओरडू लागली आणि चिमणा खिडकीत उगीच बसू लागला. मला काही कळेना. मी बायकोला म्हणालो, ''विमल, चिमण्यांची पोरं ओरडेनात का ग?''

घरकामातून सवड मिळेल तशी विमल माझ्यापाशी बसत होती आणि चिमण्यांचे कुशल माझ्याकडून ऐकत होती. ती पोरे आणि ते नवराबायकोचे जोडपे हे कुटुंब तिच्याही चांगल्या परिचयाचे झाले होते. बाबीने पिले पाहण्याचा हट्ट धरला, तेव्हा तिला खांद्यावर उचलून तिने चिमणीचे घर दाखवले होते. पिले दिसली नाहीत. पण माझ्या मनगटी घड्याळाची टिकऽ टिकऽ कान लावून ऐकावी, तसे चिमण्यांच्या मुलांचे बारीक चिवचिवणे बाबीने कान देऊन ऐकले होते.

ती पोरे ओरडत नाहीत म्हणताच विमल म्हणाली, ''ऊन फार आहे हो. झोपली असतील गप.''

''छे; गं, आज सबंध दिवसात मी त्यांचा आवाज ऐकला नाही. बघ तरी.''

विमल पायाशी स्टूल घेऊन वर चढली. वाकून पाहिले तरी चिमण्यांचे घर दिसेना. मी कॉटवर उठून बसून विचारीत होतो, ''दिसतात का गं? आहेत?''

लांबून पाहून दिसेना, तेव्हा विमलने हलक्या हाताने फळा उचलला आणि एकदम दचकून ती ओरडली, ''अगं आई गं!''

''का गं, काय झालं? नाहीत पिलं?''

''आहे, ओंजळभर लाल मुंग्या लागल्यात इथं. मुंग्यांनी खाल्ली की हो बिचारी पोरं!''

मी गप्प झालो.

आपल्याला हळहळ वाटते. पण पाखरांच्या दुनियेत ना खेद ना खंत. अपघाताने ती खचत नाहीत, जिद्दीनं जगतात. सकाळी उठल्या-उठल्या कोणी श्रोता नसताना एकटीच गात बसतात. वाट्याला आलेलं जीवन ती जसेच्या तसे पत्करतात, आणि आकाशात गिरक्या घेत गातात.

■

बा वा

वैशाखातील दुपार खंजिरासारखी तळपत होती. उन्हाच्या सणक्यानं सगळं गाव निपचित पडलं होतं. वारा वाहत नव्हता. झाडं हलत नव्हती. कुठंच हालचाल नव्हती, गजबज नव्हती. छपरांच्या सावलीला गुरं निवांत होती. भिंतीच्या कडेशी माती उकरून कोंबड्या गपचीप बसल्या होत्या, पाय पोटाशी घेऊन आणि गोल डोळ्यांवर पापण्यांचे पांढरे पडदे ओढून डुलक्या घेत होत्या. डालपाट्याखाली कोंडलेल्या कोकराची धडपड थांबली होती. लिंबाच्या डहाळ्यात बसलेल्या साळुंक्या बोलत नव्हत्या. कावळ्यांची जोडपीही एकमेकांना बिलगून निश्चल बसली होती. कुत्री राडीत बसून ल्हा-ल्हा करीत होती. कुंभाराची गाढवं झाडाच्या सावलीला दिडक्या पायावर उभी होती. सारं खेडं उन्हाच्या तापानं मरगळून गेलं होतं.

आपल्या घरात सोप्यात मिरी एकटीच गजग्यांनी खेळत होती. रंगीत बांगड्यांचे तुकडे मोजीत होती. गालावर येणारे भुरे केस सावरीत होती. आपल्याशीच काही बडबडत होती. पण तिला करमत नव्हतं. तिचं मन रंगीत काचात, गजग्यांत रमत नव्हतं. परटाची सुबा चार-सहा दिवस घरी येण्याची बंद झाली होती. त्या दोघींचं भांडण झालं नव्हतं. गट्टी फू झाली नव्हती, तरीही सुबा घरी येत नव्हती. कुठं भेटली तर बोलत नव्हती. हसत नव्हती. त्या पोरी एकमेकींपासून का तुटल्या होत्या? त्या जिवलग मैत्रिणी एकमेकींशी का बोलत नव्हत्या? चार-सहा दिवसांपूर्वी मिराच्या आईनं मिरीला बजावलं होतं, ''मिरे, पराटाच्या पोरीशी खेळू नकोस, तिच्या घरी जाऊ नकोस.''

''का आई?''

''का आणि कशासाठी! खेळत जाऊ नकोस म्हणून सांगितलं ना?''

''पण तिनं काय केलंय?''

''तिनं नाही, तिच्या आईनं केलंय!''

''काय?''

''तुला नाही समजायचं ते सांगून. पण यापुढं तिच्या घरी जाऊ नकोस. समजलं?''

मिरीला मुळीच समजलं नाही. आई कामाला लागली तेव्हा तिच्या ओल्या पदराशी झटत तिनं सारखी भुणभुण लावली.

''सांग ना गं आई –''

ओचा हिसकून रागानं आई विचारी, ''काय गं, कार्टे, काय सांगू तुला?''

''सुबाच्या घरी का जायचं नाही?''

''नाही जायचं. तिची आई चांगली नाही.''

''काय करते ती?''

''काय सांगू तुला, माझं कपाळ!''

''सांग ना गं!''

मिरीनं खंदूस घातला, तेव्हा आई चिडली. दात-ओठ खाऊन बोलली, ''अगं, कार्टे, नवऱ्याच्या मागं चांगली राहिली नाही तिची आई.''

''म्हणजे काय केलं तिनं?''

''बावा केलान. समजलं?''

तरीही मिरीला काही समजलं नाही. एवढाच अर्थबोध झाला की, सुबाच्या आईनं अशी गोष्ट केली की, जी चांगली समजली जात नाही. एवढ्या बोधानं पूर्णत: नाही तरी तिचं थोडकं समाधान झालं आणि त्याच दिवशी काचकवड्यानं खेळायला आलेल्या सुबाला गाल फुगवून तिनं सांगितलं, ''सुबा, तुझ्याशी खेळू नको म्हणून सांगितलंय आपल्या आईनं!''

सुबा परकर चघळत म्हणाली, ''का गं, मी का भांडलीया तुझ्याशी?''

''नाही. पण तुझी आई चांगली नाही. तिनं बावा केलाय.''

म्हणजे काय केलं? सुबालाही काही कळलं नाही. पण बामणाच्या मिरीनं आपल्याशी खेळू नये असं काहीतरी आपल्या आईनं केलंय, हे तिला उमगलं आणि त्यामुळं तिचा अपमान झाला. एकाएकी ती रडू लागली. आणि रडतरडतच आपल्या घरी आली.

सुबा रडली म्हणून मिरीही रडली. चिंध्यांची बाहुली उराशी धरून रडली आणि रडता-रडताच सोप्यात झोपी गेली.

सुबा घरी गेली आणि तिनं आपल्या आईला विचारलं, ''आये, तू बावा का केलास?''

तेव्हा उत्तर देण्याऐवजी तिच्या आईनं फुकणीनं तिची पाठ सडकली. जेवू न घालता उपाशी ठेवली. तिला घरात कोंडून ती बाहेर निघून गेली.

बंद दारावर लाथाबुक्क्या मारून सुबा ओरड-ओरड ओरडली. थुंकली, ओकली आणि दमून दाराशेजारी झोपी गेली. चार-सहा दिवसांपूर्वी असा प्रकार घडला आणि त्या मैत्रिणी एकमेकींशी बोलेनाशा झाल्या.

म्हणून मिरी आज एकटीच खेळत होती. तिला करमत नव्हतं. पराटाच्या सुबाच्या घरी जावं, असं तिला सारखं वाटत होतं. पण आईच्या माराचं भय जबर होतं. तिनं सांगितलं होतं की, पुन्हा त्या पोरीशी खेळशील तर उलटी टांगून मारीन. अंधाऱ्या खोलीत डांबून घालीन! परटाच्या सुबानं असं काय केलं होतं? तिच्या आईच्या हातून अशी कोणती चूक झाली होती? मिरीला काही कळत नव्हतं. तिला सुबावाचून करमत नव्हतं. एकटीनंच काय खेळायचं?

गजगे गोळा करून मिरी उगीच बसली. बाहेर उन्हाकडे बघवत नव्हतं. डोळे दिपत होते. सगळीकडे उदास शांतता पसरली होती.

मग स्वयंपाकघरातून आई ओरडली, ''मिरे, इकडे ये जरा!''

परकर उचलून धरून मिरी आत गेली.

''काय आई?''

फडक्यात बांधलेली थाळी उचलून देत आई म्हणाली, ''तुझ्या वडिलांना जेवण देऊन ये जा मळ्यात!''

ओढ्याच्या पलीकडे मळा होता. मिरीचे वडील आंब्याची झाडं राखीत तिथं बसले होते. त्यांना दुपारचं जेवण पोहोचवण्याचं काम मिरीकडं आलं होतं.

उन्ह लागू नये म्हणून आईनं धोतराची घडी पोरीच्या डोक्यावर ठेवली. पायात घालण्यासाठी आपल्या वहाणा दिल्या. आणि ती म्हणाली, ''जा, चटकन देऊन ये जा. उशीर झाला आज. भुकेलेले असतील!''

डोक्यावरची थाळी दोन्ही हातांनी घट्ट पकडून मिरी घराबाहेर पडली. पायातल्या मोठ्या वहाणा ओढीत चालू लागली.

वाट सुबाच्या घरावरून गेली होती. ती आत्ता काय करत असेल? कुणाशी खेळत असेल? पण आपण तिच्या घरी जायचं नाही. तिकडं बघायचंसुद्धा नाही. सुबाची आई वाईट आहे. वाईट आईच्या मुलीशी बोललं की, पाप लागतं. उन्हानं लाल झालेले गोरे गाल फुगवून मिरी सुबाच्या घरासमोरून पुढं गेली. तिनं तिकडे वळूनसुद्धा बघितलं नाही!

आपल्या घराच्या उंबऱ्यात खेळ मांडून सुबा बसली होती. तिनं डोळे मोठे करून मिरीला जाताना बघितलं. असल्या उन्हात आपली मैत्रीण एकटीच कुठं गेली? डोक्यावर थाळी घेऊन मळ्यात जेवण पोहोचवायला गेली असावी! तिला

भीती नाही का वाटायची एकटीला? ओढ्यातल्या कवठीखाली भूत आहे. ते तिला खाऊन टाकील. मग आपल्याला मैत्रीण कोण? तिच्या सोबतीला गेलं पाहिजे. पण ती आपल्याशी बोलत नाही. न का बोलेना. आपण न बोलता तिला सोबत जाऊ.

खेळाचा पसारा तसाच टाकून सुबा उठली आणि बाहेर पडली. मिरीच्या मागोमाग जाऊ लागली.

उन्हाच्या सणाक्यानं खालचा फुपोटा तापला होता. त्याचे चटके बसू लागले, तेव्हा पायात काटे मोडल्यासारखी चालू लागली. तोंडानं हाशऽ हूशऽ करू लागली.

मिरीचं तोंड उन्हानं तांबडंलाल झालं. घामाचे ओघळ गालांवर उतरले. डोक्यावरची थाळी दोन्ही हातांनी धरून, पायापेक्षा दुप्पट मोठ्या वहाणा ओढीत ती चालली होती.

आता त्या दोघींमध्ये केवळ चार-सहा पावलांचं अंतर राहिलं. पावलांचा आवाज, चटके बसल्यामुळे तोंडातून निघालेला आवाज यामुळे मिरीची खात्री झाली की सुबा आपल्यामागून येत आहे. डोळ्याच्या कोपऱ्यातून हळूच तिनं मागं पाहिलंही.

दोघीही न बोलता चालू लागल्या.

गावाबाहेरचं खंडोबाचं देऊळ आलं, मागं पडलं. ओढ्याचा खडकाळ उतार उतरून दोघीही वाळूत शिरल्या. रुंद पात्र असलेल्या ओढ्यात पाण्याचा टिपूस नव्हता. सगळीकडे वैराण वाळू, ती तापलेली.

तापलेल्या हवेचे थर वाळूवरून सळसळत होते. त्याच्याकडे बघत मिरी जात होती. वाळूतून गेलेल्या गाडीची लांबच लांब चाकोरी उठली होती. तिच्यातून मळ्याकडे जात होती.

सुबाचे पाय फार भाजू लागले. तिच्या कानातून कळा येऊ लागल्या. तरी ती ओठावर ओठ दाबून चालतच होती. मैत्रिणीमागून जातच होती.

सुबा आपल्यामागून येत आहे, ही जाणीव मिरीला होती. पलीकडच्या काठावर असलेल्या कवठीच्या झाडावर भूत आहे, त्यानं आपल्याला खाऊ नये म्हणून ती सोबतीला आली आहे, हेही तिला कळलं. कारण आजपर्यंत त्याच कारणासाठी तिनं अनेकदा सुबाला आपल्याबरोबर मळ्यात नेलं होतं.

दोघीही मैत्रिणी ओढ्याच्या मध्यापर्यंत आल्या आणि पुढं चालणारी मिरी एकाएकी थांबली. त्याबरोबर मागून चालणारी सुबाही थांबली. कधी टाचेवर तर कधी चवड्यावर, कधी डावा पाय उचल तर कधी उजवा उचल, असं करीत उभी राहिली. मिरीनं वहाणा काढल्या आणि उघड्या पायानं ती वाळूत उभी राहिली. आणि तिला कळून चुकलं की, वाळू फार तापली आहे. पायात वहाणा असल्याशिवाय अर्धेअधिक चालून येणंदेखील कठीण आहे! मग पायातल्या वहाणा तिनं तिथंच ठेवल्या आणि ती मुकाट्यानं पुढं चालू लागली.

सुबा वहाणांपाशी आली. चटकन तिनं त्या घातल्या. पोळलेले पाय थोडेफार थंड झाले. मोठ्या वहाणा ओढीत ती चालू लागली. अनवाणी चालणाऱ्या मिरीमागोमाग जाऊ लागली. वाळवंट संपलं. कवठीचं मोठं झाड आलं. उंचच्या उंच झाड. त्याच्या एका फांदीवर लाल मानेचं काळं गिधाड बसलं होतं.

दोघींनीही डोळे गच्च मिटून घेतले. तोंडानं राम-राम-राम-राम म्हणणं आवश्यक आहे, असं मिरीला वाटलं. सुबाला तसं सांगणं जरुरीचं होतं. पण हिच्याशी बोलायचं नाही! मग? सुबाऐवजीसुद्धा ती आपणच रामराम म्हणू लागली. कवठीचं झाड मागं पडलं. माळरान आलं. वाटेकडेला झाडं-झुडपं होती. त्या सावलीतून दोघी चालू लागल्या. न बोलता, न हसता.

मग मळ्याची हद्द लागली तशी मिरी थांबली. सुबा पुढं झाली. तिच्या पायापाशी आपल्या पायातील वहाणा काढून ठेवून, पुन्हा झाडाच्या सावलीला गेली. आत्ता मळा मिरीचा होता आणि भांडणाच्या नियामाप्रमाणे सुबाला त्याच्यात पाय टाकायचा नव्हता. सावली असल्यामुळे वहाणांची जरुरी नव्हती. मिरीला रानातून जायचं होतं. काटेकुटे बोचण्याचा संभव होता. पुढं ठेवलेल्या वहाणा पायात घालून मिरी मुकाट्यानं बांधावरून जाऊ लागली.

पुढं हिरवीगार आंब्याची झाडं होती. फळांचे घोस लोंबत होते. त्यांची राखण करीत मिरीचे वडील बसले होते. आंब्याच्या खोडाशी पटका उशाला घेऊन टेकले होते.

उन्हाच्या भगभगीतून त्या थंडगार सावलीत येताच, मिरीच्या नाकपुड्या फुगल्या. पाडाला आलेल्या आंब्यांचा सुरेख वास. गार आणि गोड वास आला तो हुंगून वनातल्या परीसारखी ती वडिलांपाशी गेली आणि त्यांना गुंगीतून जागं करीत म्हणाली, ''अप्पा, अप्पा, तुमचं जेवण आणलं मी!''

अप्पा डुलकीतून जागे झाले. शेंडी गोंजारीत उठून बसले. पोरीच्या तोंडावरचा घाम धोतरानं पुशीत म्हणाले, ''उन लागलं गं माझ्या बाईला. एकटा आलास तू राजा?''

त्यांच्या छातीवर डोकं घुसमडत मिरी म्हणाली, ''हो अप्पा!''

खरं तर तिला सुबा आल्याचं सांगायचं होतं. तिच्या आईनं काय वाईट केलंय, तेही विचारायचं होतं. पण अप्पांच्या मिशांची, खाकी रंगाच्या शिकारी कोटाची, जाड आणि केसाळ बोटांची तिला फार भीती होती. फारच. मग ती एकाएकी उठली आणि म्हणाली, ''अप्पा, आम्ही जातो!''

''बरं, जा हं!''

मग अप्पांनी धोतराखाली ठेवलेला एक पाडाचा आंबा काढून, मुलीला दिला. हिरव्यापिवळ्या रंगाचा मोठा आंबा. तो ओच्यात घेऊन मिरी परत घरी निघाली.

मोठ्या वहाणा ओढत आणि डोक्यावर धोतराची घडी घेऊन.

झाडाच्या सावलीत सुबा उभी राहिली होती. खारोट्यांकडे बघत आणि परकर चोखत. मिरी येताच ती निमूट तिच्यामागं जाऊ लागली. न बोलता, न हसता.

मिरीनं ओच्यातील आंबा काढला आणि तो चोखत-चोखत जाऊ लागली. तिच्यामागोमाग सुबा.

ओढ्याच्या अलीकडे येईतो मिरीनं आंबा चोखला. तो निम्मा राहिला तेव्हा एका दगडावर ठेवला आणि ती सुबाला काहीही न सांगता, वाळूत उतरली.

सुबानं तो आंबा निमूटपणे घेतला आणि चोखत-चोखत ती मिरीच्या मागोमाग जाऊ लागली. पायाला चटके बसत होते आणि तोंडात गोड रस जात होता. कपाळावर घाम येत होता आणि गाल पिवळ्या रसानं माखत होते.

अर्धे वाळवंट संपताच मिरीनं वहाणा काढून ठेवल्या आणि ती पुढं गेली. सुबानं त्या घातल्या आणि मिरीच्या मागोमाग गेली.

दरड संपली. खंडोबाचं देऊळ मागं पडलं. घर आलं. आंब्याची बाठ आणि साल फेकून सुबानं तोंड पुसलं, वहाणा काढून मिरीपुढं ठेवल्या आणि आपल्या घराच्या उंबऱ्यात उभी राहून, ती मैत्रिणीकडे बघत राहिली.

मिरी पाठमोरी चालली होती. तिला वाटत होतं की, सुबाच्या घरी जावं. पण सुबाची आई वाईट होती. वाईट आईच्या मुलीशी बोललं की, पाप लागतं! उन्हानं लाल झालेले गोरे गाल फुगवून मिरी पुढं निघून गेली. तिनं मागं वळूनसुद्धा बघितलं नाही.

■

'विवेक', विजयादशमी विशेषांक, १९५०

जा ग र

चित्रपटाची कथा लिहिण्यासाठी मला एकवार जोगत्याचं घर बघावयाचं होतं. त्यांनी म्हटलेली गाणी ऐकायची होती. मी कोल्हापूरला असताना, ही मंडळी दारोदार हिंडताना बघितली होती. एखादी काळी शेलाटी बाई, तिच्या डोक्यावर देवाचा गोल जग, बरोबर एक पोरगा, त्याच्या हातात चौंडके – अशी दुक्कल दाराशी येऊन 'आखई जोगवा' अशी हाळी देत असे.

हे 'आखई' म्हणजे बहुधा अक्षय्य असावे.

कधी रेसकोर्सच्या रस्त्याने फिरायला गेले म्हणजे, आडव्या लागणाऱ्या ओढ्याच्या काठाला लागून ब्रेक देऊळ दिसे. इथेही यल्लमाची ही भक्तमंडळी हिंडताना दिसून येत.

काही बघा ऐकायचे झाले तर ते इथे होईल, असे वाटून मी पुण्याहून तडक कोल्हापुरी गेलो आणि सकाळची वेळ गाठून ओढ्यावर दाखल झालो. देवळाशेजारीच भक्तमंडळी राहात होती. त्यांनी 'या, बसा' म्हटले. मी येण्याचा हेतू सांगितला तेव्हा मात्र, ह्या कामासाठी मंगळवारातला महिपा चांगला आहे. तो तुमला सर्वे ऐकवील – असे त्यांचे म्हणणे पडले. काही जुजबी माहिती विचारून मी उठलो.

उन्हातून गेल्यामुळे माझ्या डोळ्यांच्या बाहुल्या लहान झाल्या होत्या. पडवीही अंमळ अंधेरीच होती. मी आपला अदमासाने घोंगड्यावर बसलो.

तो उंचाडा महिपा आणि काळी टोपी केसात तिरकी घातलेला एक गोरटेला माणूस. एक किनऱ्या आवाजाची आणि चलाख बाई, हाती मोठे तुणतुणे घेतलेली

एक गंभीर चेहऱ्याची म्हातारी – असे सगळे आतून बाहेर आले आणि घोळामेळाने आतच उंबऱ्याला लागून बसले.

एरवी उघड्यावर, भाविक माणसांच्या समुदायापुढे जागर घालणारी ही मंडळी मला थोडी वचकली आहेत, असे वाटत होते.

तो महिपा म्हणाला, ''कथा लावायची म्हनता?''

मी म्हणालो, ''हो.''

''लई टाईम चालती हो.''

''चालू द्या की. मी बसेन.''

मग महिपाने खाकेत धरलेल्या चौंडक्यावर टांगऽ टांगऽ आवाज काढला. त्या म्हाताऱ्या बाईने सुतीच्या दोरावर काडी ओढली. आणि यल्लमा देवीचा जागर सुरू झाला.

गोंधळ्यांनी घातलेला देवीचा गोंधळ मी ऐकला होता. वाघ्या-मुरळीने घातलेले खंडोबाचे जागरण ऐकले होते. पण यल्लमा देवीच्या जोगत्यांनी घातलेला जागर अजून कधी ऐकलाच नव्हता.

सुरुवातीचे नमन झाले. एक-दोन गाणी झाली. त्यांच्या चाली मला तमाशातील गणगौळणीच्या धर्तीच्या वाटल्या. गाण्याच्या शेवटी दिनकर कवीचा उल्लेख होता. हा कोण म्हणून मी विचारल्यावर आमच्यापैकी आहे, खेळ-गाणी बनवतो, तो आताच एका गावी गेलाय असा खुलासा महिपाने केला. म्हणजे ही कथा, ही गाणी काही परंपरेने चालत आलेली नव्हती. जोगत्यांपैकीच एका हुशार माणसाने रचली-बांधलेली होती. कथेत पात्रे अनेक होती. पण त्या सर्वांची कामे ही चार मंडळीच करीत होती.

निवेदनाचे गाणे म्हणून झाल्यावर, महिपाच म्हणाला, ''बाळा परसरामा –''

आणि लगेच झांज वाजवणारा तो गोरट्याला इसम म्हणाला, ''काय मातोसरी?''

गद्य निवेदनाची पद्धत हरदासी होती. कुणीही कुणाचे काम करीत होते, पण त्यामुळे कथेत रसभंग झाला नाही हे विशेष. अधून-मधून खास गावठी विनोद होत होता आणि पात्रे आपल्याशीच हसत होती. महिपती घाडगे आणि मंडळींनी सादर केलेली दुबळ्या कोंडूची कथा काही काटछाट करून द्यायची तर ती अशी होती :

कथा

स्तवन : 'शिवा शरण लीन देवा विद्येची गं, आदिमाया बाई भक्ताला गं छळती... दुष्टाला मारती. नाही करनी तिची कळायची... मंगळवारी गं बाई, रेणुका बोलती बाई

परशुरामाला बाळा जोगव्याला जायचं. कोणत्या देवा शहराला? बंकावती शहराला... नारायना रामा... धन्य नारायना... धन्य नारायना... रामा धन्य.'

निवेदक : आदिमायाशक्तीनं काय केलं? मंगळवारादिवशी उदं बोलून दिन गाजविला. कुंकवाला मळवट ल्याली. भंडाऱ्याचं भूषण ल्याली. भरजरी शालू नेसली. अंगावर दागदागिने घातले आणि ती परशरामाला काय म्हनते....

रेणुका : बाळा परशुरामा –

परशुराम : काय मातोसरी?

रेणुका : आपण आज बंकावती नगरीला जोगव्याला जायाचं.

परशुराम : मातोसरी, ह्या रूपांत आपल्याला जोगवा कोन वाढनार नाही! आपन वेड्या-खुळ्या रूपात अवतार घ्याचा अन् जायाचं.

रेणुका : काय हरकत नाही. (परशुरामाचं ऐकून आदिमायाशक्ती दुसरा अवतार घेतात. दोघे वेष बदलून निघतात. मागून कोरस गाणे)

गाणे राम राम, रघू राम राम, भागवत कंदन परशराम,
शंभर गाठीचं राम राम, लुगडं नेसून राम राम.
बाराया गाठीची राम राम, चोळीया घालून राम राम.
बाई फुटक्याची जांगठी, बाई पायात चाळ गं.
बंकावती नगरीला, रेणूका चालली.
गावात जाऊन जोगवा मागती, अठराई पगड.
बाई जातीचा जोगवा, माजी रेणुका मागती राम राम.
कुनी मुटभर जुंदळं, कुनी क्वारभर भाकरी.
ह्या देवीला वाडना. गेली गावाच्या भायेर....
रेणुका चालली, दारात जावून 'आक्क्या जोगवा' जोगवा मागती!

निवेदक : पन् कुनी मुटभर जुंदळं किंवा क्वारभर भाकरी जोगवा वाडला नाही. आदिमायाशक्ती परशरामाला काय म्हनती....

रेणुका : बाळा, या नगरीत आपनास्नी कुनी जोगवा वाढला नाही. मला कोन म्हनत्यात देवाची देवांगना, जमदग्नीची पत्नी, रेणु राजाची कनया, परशरामाची माता. या नगरीचा समाचार कसा घ्यायचा त्यें माझा मी घेतो! (परशराम व आदिमाया रागाने गावाच्या बाहेर जातात. गावाच्या बाहेर जाताना वाटेत तीन वाशची ऐक गुंफा लागते.)

रेणुका : बाळा परशरामा, या गुंफेत तरी आपल्याला जोगवा मिळतोय का बघू? (त्या गुंफेत जाऊन, आदमाया आक्क्या जोग करून गाजवते. 'आक्क्या जोग')

दुबळी : (आपल्या नवऱ्यास) अवो कारभारी....

रामा कुळंबी : काय गं!

दुबळी : भायेर कोन आलंय बगा? (रामा बाहेर पाहतो.)

रामा : कोन गं बाई तू?

रेणुका : मी यल्लमाची जोगतीन हाय!

रामा : का आलीस इथं?

रेणुका : आज मंगळवार दिस हाय. मी जोगव्याला आलूं या!

रामा : अगं कारभारनी?

दुबळी : काय कारभारी?

रामा : अगं, भायेर कोन यल्लमाची जोगतीन आलीय आन् ती जोगवा मागती.

दुबळी : अवो, आता कसं करायचं ओ कारभारी?

रामा : आता असं कर! ती कोपऱ्यातली कुऱ्हाड आन, ती दोरी आनी याक फाटकं पटकूर मला दे. माजा धंदा जंगलात जायाचं आन् लाकडं तोडायची. त्याचं इकून काय आलं तर पोटाला खायाचं. मी जातो... ती बाई हाये आन् तू हायेस (तो निघून जातो.)

दुबळी : कारभारी, तुमचं भागलं आता. (आणि ती बाहेर येते.) बाई, कोन तू?

रेणुका : मी यल्लमाची जोगतीन हाय!

दुबळी : बाई, का आलीयास इथं?

रेणुका : जोगव्याला आलोय.

दुबळी : बाई, वरती सोडलंस पान्याचं घर, खालती सोडलंस आन्नाचं घर आनि माज्या नाचारीच्या दारात कशाला आलीस तू? गावात गेली असतीस तर कुनीतरी पायावर तांब्याभर पानी वतलं असतं. कुनी हळदकुंकू लावलं असतं. माज्या दारात कशाला आलीयास बाई तू!

रेणुका : आज कोन वार हाय! मंगळवार... मूळ म्होतूर तुझ्या दारात उभा राहिलोय. जोगवा वाडतीस तर वाड, न्हाहीतर सत्त्व गेलं म्हणून सांग!

दुबळी : रेणुका, सत्त्वाचं येवडं नाव काढू नकोस. आमच्या जातीत सत्त्व गेलं म्हनायचं न्हाई.

रेणुका : मग जोगवा वाड की.

दुबळी : अगं माजी थोडी हाला वनवासाची कानी ऐक... मग तुला जोगवा मागुसासा वाटला तर माग. न्हाई तर निगून जा.

रेणुका : अगं, मी जोगवा मागायला आलोय का, तुजी कानी ऐकत बसायला आलोय?

दुबळी : रेणुका, चार आयाबाया असत्यात. त्यांचा कामधंदा आटपला की, त्या

दारात बसत्यात आन् आपल्या सुखदुःखाच्या गोष्टी बोलत्यात. तसं तून मी थोडं बोलू या!

रेणुका : बरं मग सांग!

दुबळी : बाई अंगावयल कापाड, काशीचा कागूद.

पोटाच्या आनाची बाई नाचारी भिकारी.

बाई गावात जाऊन मी तुकडं गं मागावं

तुकडं गं मागून पोटाला खावावं.

ह्यो दुबळा माजा भरतार... जंगलात जावावं

लाकडं त्यानं तोडावी....

बाई तीन कटाची मोळी ती त्यानं डोक्यावर घेवावी.

बाई रंगीत पेटंला, नेवून मोळी त्यांनी विकावी

बाई दोन गं, पैश्याला मोळी त्यानं विकावी

त्याचं नाचनं बाई आनाव....

पाकडायाचा सूप मला दुबळीला न्हाई गं,

दळायला जातं मला नाचीला न्हाई गं, नाजारीला

न्हाई गं, जेवायला ताट मला

ह्या जिमनीच्या आळ्यांत

माजी पोरंबाळं जेवावी

पानी गं प्याला त्यांनी नदीला गं जावावं....

मला चंदनाचं हथरुन मला चंदनाचं पांघरुन बाई दुबळ्याच्या उशाला धोंडा त्यानं घ्यावा!....

येवडा माजा वनवास काय जोगवा वाडूं ग?

धन्य नारायना, रामा धन्य नारायना जी!

रेणुका : अगं, मग सत्त्व गेलं म्हणून सांग. मी जातो.

दुबळी : रेणुका, मी सत्त्व गेलं म्हननार न्हाई!... सात बाळं, आटवी कन्या, नवा दुबळा, दहावी दुबळी. मेली तर हारकत न्हाई नि मी सत्त्व गेलं म्हननार न्हाई!

रेणुका : अगं, मग जोगवा वाढ.

दुबळी : बरं काय हरकत न्हाई. रेणुका, ही पिंजराची श्याज हाय. हिथं आपन बसा आन् त्यो दुबळ्याच्या उश्याच! धोंडा आहे, त्यावर तुमची परडी ठेवा. आनि मी गावात जातो घर ना घर मागतो. मला जर काही मिळालं, तर तुमच्या परडीत आनून घालतो आन् माज्या घरचं सत्त्व राकतो. (दुबळी गावात जाते.)

निवेदक : एका गल्लीतून दुबळी जात असताना एका सावकाराचा वाडा तिला

दृष्टीला पडला. त्या सावकारानं गाव प्रयोजन घालून खरकाट्या ईस्ताऱ्या टाकलेल्या होत्या. दुबळी तशीच दडत-लपत तिथे गेली. उकिरड्यावर ईस्ताऱ्या धुऊन-पुसून निंत घेतल्या. एक मागं-पुढं लावून तिनं आपली काया झाकली. जाता-जाता तिला एका रांडमुंड सावकारणीचा वाडा दृष्टीस पडला. त्या बाईनं वाडा राखण्याकरिता दोन कुत्री पाळलेली हुती. त्या कुत्र्यांच्या पुढे दोन भाकरी टाकलेल्या हुत्या. त्या कुत्र्यांनी भाकरी खाऊन थोडी भाकरी तिथं शिल्लक पडली व्हती. ती भाकरी दुबळीच्या दृष्टीला पडली. ती म्हनते कुत्र्याचा जोगवा रेणुकाला वाढून मी माज्या घरचं सत्त्व राकीन. तिनं ती कुत्र्यापुढची भाकरी उचलून आपल्या वटशांत घेतली. इतक्यात त्या बाईची दासी भायीर आली. आन् ती दासी काय म्हनती दुबळीला –

दासी : अगं ये, काय घिवून चाललीयास? त्ये टाकतीस गुमान?

दुबळी : बाईसाहेब, म्या काय घेतल्यालं न्हाई.

दासी : तुला टाकल्यालं न्हाई त्ये. कुत्र्याला टाकलीया.

दुबळी : या देवा इस्वरा! वाद्या वैऱ्याला दिकून असला वक्त आनू नकोस. बायकाच्या जातीला दोनंच घरं. इक येलं घर किंवा येक दिलं घर. या गावात माजं दोन भाऊ हायेत. त्येंच्या घरात पाटीलकी हाय. थोरल्याचा वाडा वरतीकडं हाय. धाकल्याचा वाडा खालतीकडं हाय. त्येच्या वाड्याला गेलं तर त्येला काय ज्ञान प्राप्त होनार न्हाई. आपन आता थोरल्याच्या वाड्याला जावावं.

गाणे : *दुबळी गं जावं म्हनती भावाच्या गं, वाड्याला हाऽऽ हाऽऽ*
भले माज्या रामा, भले माज्या रामा, भले माज्या रामा!
अरे हाऽऽ हाऽऽ जीरंऽऽ रऽऽ जीरंऽऽ हांऽऽ जी.
चावडीच्या मागनं गेले त्याच्या वाड्याला हांऽऽ हां
दारात जाऊन हाक मारती भावजला हांऽऽ हांऽऽ
भले रामा जीऽऽ

दुबळी : (हाक मारते) वैनी अगं वैनी –

लाडाई : (दासीला म्हनते) अगं दासे, भायीर कोन वरडतंय बग? (दुबळी पुढे येऊन मी तुझी नणंद आलीय असे सांगते)

लाडाई : असली माजी नणंद! अगं, तू माजी नणंद असतीस तर चार खिल्लारी बैलाच्या गाड्या जुपल्या असत्यास. चार शिदोरीच्या दुरड्या घेतल्या असत्यास. अश्या माज्यासारक्या दासी घेतल्या असत्यास. एखादा गुरव घिवून डमाडोलात आली असतीस.

दुबळी : खरं हाय तुजं हे! मला येळ-परसंग आलाय म्हनून मी तुज्या दारात आलोय. ही थोराची कन्या थोरालाच दिली हुती. देव दारात सत्त्वाला बसलाय.

केरामात्रात जाईत असत्यालं शेरभर धान्य मला उसनं दे!

लाडाई : हिच्या झिपरीला धरा. वाड्याच्या भायेर न्हिवून लावा. कोन लात घाला, कोन बुक्की घाला आन् चार कुत्री लावा पाटीमागं!

निवेदक : हुकूम होताच कोन लात घालतंय, कोन बुक्की घालतंय. दुबळीच्या दंडाला धरलं, फरफटत भायेर निवून लावली. दुबळीनं त्येवड्यास्नी झोका दिला आणि फाटाक उगडून आत आली. दुबळी मनाला म्हनती,... ताकाला इवून मोगा का लपवायचा? थोरली भावजय मंजे माज्या आईपरमान. हिच्या पायां पडलं तर मला काय लहानपना येत न्हाई. जाऊन झोपाळ्यावर बसलेल्या भावजयीचं घट्ट पाय धरलं, आपलं मस्तक तिच्या पायांवर ठिवलं.

दुबळी : तार-मार काय वाटंल ते कर. पर शेरभर जुंदळं उसनं दे. देव दारात सत्त्वाला बसलाय.

लाडाई : अगं, अगं दासींनो, इकडं या! हिचं कपाळ कसं माज्या पायांला बोचायला लागलंय.

दासी : बाईसाब कश्यासारखं?

लाडाई : अगं निवडुंगीच्या काट्यांसारखं.

दासी : खरंच बाईसाब, तुमचं पाय अगदी नाजूक हाई.

लाडाई : अश्या चौगी चवकडं व्हा. असा येक जोरसे झोका येक द्या. त्या झोक्यासरशी ही मेली... मेली... जगली... जगली.

उटा, उटा दासी बटकीनी झोका द्या मेला जी।
हरि रामा होऽ रागोबा दाजी जी।।
चवघी दासी, बटकींनी झोका देत्यात तिला जी।
दुबळी लोंबकाझोंबकाळती, माया इना बाईला हो।
सवाशेर जोडव्याची लात मारती दुबळीला जी।।
(लाथ लागून दुबळी पडते, मरते.)

लाडाई : अगं दासींनो हिकडं या! अगं हे असं काय पडलंय बगा हें. अगं मेलं का काय?

दासी : व्हय बाईसाब... ही खरंच मेली!

लाडाई : आता कसं गं करायचं? जर पाटील आलं तर आपली भन म्हनून वळीकलं तर? आमानी सगळ्यांनाच फासावर जाया लागंल. तर असं करा... ह्या मुडदा कुठं तरी निवून टाका. पन हे तुमच्या हातून काम हुनार न्हाई. जावा माजी फार पूर्वीची बडी दासी सासू-सासऱ्याच्या येळाची, तिला घिवून या!

दासी : (बडीकडे जाऊन) बडे, अगं बडे!

बडी : जरा सकाळचं लवकर गेलो न्हाई, तर आल्याच रांडा बलवायला. वनवास

रांडांचा! कां गं आलीस? ये, ये बस.

दासी : अगं बाईसाब मेल्यात चल!

बडी : तपकीर मागतीस व्हय? न्हाई गं माज्याजवळ. काल कोन वार हुता?

दासी : आईतवार हुता! अगं तुजी तपकीर नगं मला. बाईसाब मेल्यात चल.

बडी : हे बग हे. अगं, तुरी औंदा पिकल्यात कुठं? मी का डाळगा काढला न्हाई. मी काय तिकाट सांडगं घातलं न्हाईत, दिलं असतं एका सांबाऱ्याचं तुला.

दासी : अगं, तुजं सांडगं नकत मला. बाईसाब मेल्यात चल!

बडी : अगं काय म्हनतीस?

दासी : अगं व्हय!

बडी : अगं रडऽ रड.

दासी : अगं तूंच रड की! चल, चल लवकरे.

बडी : अगं थांब जरा, थांब अगं आनि याक इसारलं माजं.

दासी : बडे, एकदाच काय ते सांग. सतरा येळा किती काम सांगतीस मला किती लांब आलोय बगं बरं?

बडी : न्हाई गं आता याकच हाय आन् जा. अगं काल वळवाच्या पावसानं खंड कसं वाटंला हुभा ऱ्हाईल्यात बग काट्यांसारखं! जा, माज्या चेपल्या आन् जा.

दासी : अगं त्या कुठं ठेवल्यात्यास आन की.

बडी : अगं, त्या बी तुला, 'माहीत न्हाईत व्हयं? कुटल्या कामाची गं तू?' जा की मदघरात. एक दिवळी हाय. त्यात मोगऱ्याची फुलं घालून चेपल्या माज्या पुजून ठेवल्यात.

दासी : अगं चांभाराची काय तूं?

बडी : अगं व्हय! तुज्यात कंधी मी जेवाय हाय काय? गुमान आन् जा म्हनल्यावर आनावं. (दासी चेपल्या घेऊन येते. बडीला खोकला येतो.)

बडी : बाईसाब कशानं मेल्या?

दासी : अगं बाईसाब काल पंढरपूरला गेल्या. तिकडंन आल्या अन् झोपाळ्यावर बसल्या आनि महामारीचं वारं आलं. बाईसाबावर बसलं. बाईसाब मेल्या!

बडी : आत्ता गं हिला! तितं गेलो म्हंजे माज्या अंगांत आलं तर?

दासी : मग काय करायचं?

बडी : अगं माजं द्याव नकोत काय!

दासी : त्यो आनि कोनचा देव तुज्या अंगांत येतोय?

बडी : अगं त्यो वडिंगचा डांबरोबा गं त्यो! जा माजा देव आन जा, त्येवढा म्हंजे झालं माजं काम. (मध्येच खोकते.) अस्सं मला सारखं हुतंय बग. जा, जा बगूं!

अशीच परड्यात जा. सिताफळीचे झाडा हाय. त्या झाडाखाली खुरड्यांत कोंडून ठेवल्यात.

दासी : आँ, अगं, खुरुड्यांत ठेवायला त्या काय कोंबड्या हायेत काय?

बडी : अगं कोकनं दवस्तान तसंच ठिवायचं असतं. (दासी जाऊन देव घेऊन येते.) घे डोस्क्यावर आन् चल! (दोघीजणी लाडाईच्या घरी येतात.)

बडी : (लाडाईस पाहून दासीला म्हनते) अगं फसिवलंस व्हय? बाईसाब जिवंत हाय न्हवं? बाईसाब, का बलिवलंसा मला? (दुबळीला न्याहाळून) काय ओ, बाईसाब ह्ये माकाड का खोकाड का वोकाड? (दुबळीच्या तोंडावरला पदर काढून बगते) बाईसाब, कुनी ओ मारली हिला?

लाडाई : कुनी मारल्याली न्हाई हिला. फीट इवून तिरमिरी येवून पडली. अगं आवर, आवर. पाटील याची वेळ झालीया. ह्यो मुडदा निवून कुटं टाक जा त्येवडा.

बडी : बाईसाब, तुमच्या पायाला रक्त कसलं वं त्ये?

लाडाई : न्हाई गं, मगाशी ठेच लागली आन् पायाला रगत आलंय.

बडी : खरंच बाईसाब, तुम्ही थोऱ्यामोठ्याच्या तुमानी म्यां काय सुदीक बोलत न्हाई. पन तुज्या कपाळाला श्यान माकल! मरीआईच्या गाडीव बसीवली आन् गावात हत दिंड काडली. का गं गरिबाला मारलंस? काय मागीतल हुत्ये ते द्याचीस न्हाईस का तिला?

लाडाई : अगं, गप्प... गप्प... गप्प. बायकाची अब्रू कुनी राकायची?

बडी : बायकांनीच राकायची.

लाडाई : पाटील याची येळ झालीया. येवडा मुडदा टाक जा बगू न्हिवून.

बडी : बाईसाब, आम्ही दासी किती हाय?

लाडाई : चौगीजनी!

बडी : मग दोनं-दोनं रुपयं द्या. ह्यो मुडदा न्हिवून टाकतो आमी!

निवेदक : त्या येळंला त्या चौघी दासींनी दुबळीची मोट बांधली आनि गावाच्या खालतं पडक्या हिरीत न्हिवून टाकली. त्या यळंला हिकडं आदमाया शक्ती काय म्हनती, 'माज्या दुबळीला जावून बराच येळ झालाया. माजी दुबळी अजून आल न्हाई. हिकडं मुलाबाळांचा रडून आकांत चाललाया!' दुबळीचा शोध करत आदमाया शक्ती त्या भावाच्या वाड्यात गेली. दारात जाऊन आक्क्या जोगवा करून गाजवला. त्या येळंला लाडाई काय म्हनतीया दासीला. बाहेर कोन आलीय बग!

दासी : कोन गं बाई तू?

रेणुका : तुज्या बाईसाबाला जाऊन अस्सं सांग, भायेर कोन जोगतीन आलीया न् जोगवा मागती.

लाडाई : तिला म्हनावं हितं काय मिळायचं न्हाई आल्या वाटंनं निघून जा!

दासी : (बाहेर येऊन) ये बाई हिथं जोगवा-बिगवा काय मिळायचा न्हाई. चल

जा, बगूं!

रेणुका : जोगवा घेतल्याबिगार तुज्या बाला दिकून हलनार न्हाई.

दासी : (बाईसाबांना) बाईसाब, ती म्हनती जोगवा घेतल्याबिगार तुज्या बाला दिकून हालत न्हाई!

निवेदक : त्या येळंला त्या दासीनं काय केलं. करंगळी निवून त्यसा गोमित्रांत बुडविली आन् तिला लागलेले दाणे आदमायाशक्ती पुढं घिवून आली.

रेणुका : असा तुला जोगवा वाडायला सांगितलाय काय! असाच माळंचा भंडार काडते आन् तुज्या अंगावर फेकते. तुला कुजवून जोगतीन करून सोडते!

दासी : अगं बाई, मला गं कां? मी सांगितलेल्या कामाची आन् घातलेल्यसा आन्नाची.

रेणुका : बरं, तूं ह्या वाड्यात कामाला हायेस व्हय? काय पगार हाय तुला?

दासी : साडे-तीन आने.

रेणुका : त्यात तुला दोन पैस चडविते आन् चार आने करिते. तुला कश्याचा?

दासी : तपकिरीचा हाय.

रेणुका : त्येला दोन पैसे तुला द्येतो. हितं खुळ्याकावऱ्यासारखी कोन बाई आलोती काय?

दासी : आलीती.

रेणुका : मग काय केलं तिला!

दासी : बाईसाहबानी मारली तिला न् गावच्या पडक्या हिरीत निवून टाकली.

रेणुका : खास माज्या दुबळीचा घात ह्या घरांतच झाला. दासी! माज्या दुबळीला कुठं, मारलीसा? कुठं निवून टाकलीसा? बगतो आता येकेकिचं.

लाडाई : (दासीला) केलास का घोटाळा?....

रेणुका बोलती तिला गं, बाई रेणुका बोली तिला.
गऽ गऽ गऽ जीऽऽ,
गेली तिच्या शोधाला रेणूका गेली तिच्या शोधाला
गं, भायेर काढली तिलान रेणूका म्हनत्यात मला.

निवेदक : त्या येळंला त्या आदमायाशक्तीनं काय केलं! विहिरीत उतरली. दुबळीची मोट वर काडलीन एका झाडाखाली ठेवली. त्ये झाड हुतं चंदनाचं. बुडका हुता येक आन् एक हुतं दोन. दुबळीची मोट सोडून त्या ढाक्यावर घोंगडं घेतलं आन् तिला सावली केली. आदमायाशक्तीनं माळंचा झसग काढून तिच्या मुकांत घातला आनि आपुन गुप्त झाली. सली साजिवंत झाली. त्या ठिकानी बसूनच न्हाईली. त्या मलस आदमायाशक्ती तिच्या भनीच्या स्वप्नात गेली. आन् भनीला काय म्हनती, 'अगं गंगासागर, गावाच्या खालतं... दुबळी कोंडू भन येका पडक्या हिरीवर इवून

बसल्याली हाय! सकाळ उट. तिची विचारपूस कर. ती काय मागती ते दे! आन् तिला तुज्या घराकडं घिवून ये! न्हाईतर कोन गुरंराखी पोरं येत्याल आन् कोन खुळं बसलंय म्हनून धोंडं मारतील. तुज्या पोटी पुत्र न्हाई, तुला मुलगा देतो.' ...त्या येळंला ती जागी झाली. गंगासागर नदीच्या वाटंनं चालू लागली आनि गावाच्या खालतं पडक्या हिरीवर गेली.

गंगा : कोन गं बाई तू?

दुबळी : तुला काय करायचं बाई? तू कोन तरी थोरामोट्यांची सून हायेस. नदीच्या पान्याला आलेल्या बायका तुज्या घरांत जावून सांगतिला आन् माज्या पायांत बाई तुजं नांदनं जाईल. तू आपी जा निगून.

गंगा : काय हरकत न्हाई. तुज्या पायांत माजं नांदनं गेलं तर! पन तू कोन-कुनाची हे सांगितल्या बिगार मी जात न्हाई.

दुबळी : मग ऐक तर... आईचं नावं सत्याक्का.. बाचं नाव आलगुंदा... थोरला भाऊ रामगौंडा. धाकला भाऊ देवगुंडा... थोरली भावजय लाडाई... धाकली भावजय गोडाई. आनि गंगासागर म्हनून भन हाय तिची न् माजी दोन बारा वर्स झाली भेट न्हाई लगीन झाल्यापासून. (त्या येळंला गंगासागरला हुंदका आला न् जावून भनीच्या गळ्याला पडली.) अक्का, अक्का माजी, तुला वनवास आलाया!

गाणे : *भनीच्या गळ्याला बाई भन पडली जावून।।*
भनीभनीच्या रड्यानं वाट पान्याची गं तुंबली।।
भनीभनीच्या दुःखावानी दुःख न्हाई कुनाचं।।

गंगा : आक्का, माज्या घराकडे चल.

दुबळी : इन पर येका अटीवर. देवच दारांत सत्त्वाला बसलाय. देवाच्या अंबीलकरता शेरभर जुंदळं, देवाला न्हायाला घालायला चार पैशे तेलाला. पन सात दुनी चौदा दिवस माजी पोरं उपाशी हैती. त्येंच्या आंबलीकरिता सुपलीभर कोंडा दे!

निवेदक : भनीनं भनीला सगळं कबूल केलं. अर्दा शालू फाडून भनीला नेसायला दिला. आनि घरात चल तुला चोळी घालायला देतो. (घरात निघून गेल्यावर)

गंगा : अक्का, आता पानी तापलंय आंगुळ कर?

दुबळी : काय म्हनतीस, आंगुळ करू? देव दारात सत्त्वाला बसलाय आणि मी तुज्या घरात आंगुळ करत बसू?

गंगा : अक्का, बारा वर्सानं तुजी-माजी भेट झालीया. थोडं ताजं जेवान झालंय. भनीभनी येका ताटांत बसून जिवंआ.

दुबळी : छे, बाई न्हाई बाई. देव दारात उपाशी ठिवून मी जिवू? माजी जीभ झडून पडंल. देतीस तर दे, न्हाईतर मी जातो.

निवेदक : त्या वेळेला भैनीनं भैनीला काय केलं? शेरभर जुंदळं सुपलीभर कोंडा

आणि चार पैसे दुबळीला दिलं.

भैनीला ऐशीपर्यंत घालवत गेली।।

एकमेकींच्या गळ्याला पडून रडाला लागल्या।।

दुबळी : (वाटेत) काय हो दादा, हे घर कोणाचं?

कुंभार : राजाचं.

दुबळी : राजाचं? कुठल्या राजाचं?

कुंभार : कुंभार राजाचं.

दुबळी : कुंभारदादा, देवीच्या अंबलीकरता एक फुटका-तुटका ढेरा द्या.

कुंभार : बाई, इथं ढेराभिरा काय शिल्लक नाही.

निवेदक : तवा ती दुबळी निघून जाती. एका तेल्याचा फुटका ढेरा तिला गावतो. तो ढेरा घेऊन जाती.

कोरस गाणे : नदीच्या वाटतं तंतलं नाना।। दुबळी चालली तंतल नाना।। तान्होपंदाळदेवी तंततल नाना।। मधनं वाटतं तंतल नाना।। दुबळी गेलीया तंतल नाना।।

निवेदक : त्या वेळेला दुबळीनं काय केलं. ती सूप घेऊन नदीला धुवायला गेली. सूप धुतानं चमत्कार काय झाला. नवंकोरं सूप तिच्या हातांत आलं. तसंच ढेरा धुवायला गेली. एका ढेराचे तीन नवे कोरे ढेरे तिच्या हातात लागलं. आदमायाशक्तीची करणी आगाध. इकडं मुलं काय म्हणतात? आमची आई अजून कशी आली नाही. इतक्यात धाकट्या परिश्रमबाळाची नजर आईवर गेली. ते बाळ पुढं आईजवळ धावत गेलं.

परिश्रम : आई, अजून तूं कुठं होतीस गं!

दुबळी : बाळ, गेलो होतो जरा काम होतं. मला शिवूं नको. मी सवळ्यांत आहे. बाळांनो, अजूनपातर खेळांरला आणि एक तासभर खेळा. माझ्या बाळांसनी दोन-दोन तांबे अंबील देतो!

निवेदक : दुबळी घरात आली आणि मनाला विचार काय करिती. माझ्या घरात दळायला जातं नाही. ह्याला काय करू? शेजारची आया-बाया हायता, त्या कोण जातं देतात का बघुया. एका शेजारणीच्या घरात जाते.

दुबळी : अगं सोना, मला जातं देती का दळायला?

सोना : नाही बाई! माझं जातं उकटलंय.

दुबळी : अगं हौसा, तू जरा जातं देती कां दळायला?

हौसा : नाही बाई. माझ्या जात्याची नाळं पडलीया.

दुबळी : अगं पार्वती, मला जरा जातं देती का दळायला?

पार्वती : दुबळे, कां गं आलीस? जातं पाहिजे तुला वय? ये, ये बस. जातं तुला

दिलं असतं ग. पण माझं श्रीमंतपण तुझ्यात जाईल. तुझं नाचरपण माझ्यात येईल.
निवेदक : मग दुबळी एक ओरट्यासारखा धोंडा व एक पाट्यासारखा धोंडा घेती. आणि त्यामध्ये जोंधळे घालती आणि देवीचं नाव घेऊन घसका मारटी. गंधासारखं बारीक पीठ होतं. ते पीठ घेऊन घरात येते आणि रेणुकेसाठी पाणी तापवते.
रेणुका : दुबळे, हे पाणी कशावर तापविलंस?
दुबळी : माझ्या घरात काय बेलाचंदनाची लाकडं नाहीत. मी अपला उकिरडावरचा चहाळा गोळा केला आणि पाणी तापविलं.
रेणुका : अगं! भ्रष्टाचार केलास! उकिरड्यावरचा चहाळा गोळा करून पाणी तापविलंस. असली मला अंघोळ करावयाची नाही!
दुबळी : तर रेणुका काय करू?
रेणुका : अगं, सांगतो असं कर आता. पायाकडून पेटत डोकीपर्यंत जा. डोकं फुटलं, तर पाणी तापलं तर अंघोळ करीन. नाहीतर अंघोळ करणार नाही. नाहीतर सत्त्व गेलं म्हणून सांग.
दुबळी : रेणुका, किती छळायचं ते छळ इतर भक्ता असं करू नकोस, असं माझं तुला सांगणं आहे.
गाणं : *दोन्ही हातपाय दुबळीनं चुलीलाग लावलं.*
धनीबा नारायणा, हरीबा नारायणा जीऽऽ
पायाकडनं परत डोकीकरनं पर्यंत गेली यार,
डोकं तिचं फुटलं पाणी तेवा तापलं
हटभारी यल्लमा अंघोळ गं करती,
दुबळीची आठ बाळं रडू का गं लागली?
आई, आई आता आम्ही कोणाला म्हणावं?
परिभ्रम बाळा धरूला यल्लमाचा पदर
म्हणतो आमची आई द्यावी.
रेणुका : बरं तर, मार तुझ्या आईला हाक.
बाळ : आई गं, ए आई.
दुबळी : (जिवंत होऊन) काय रे बाळा.
निवेदक : त्या वेळेला दुबळीनं काय केलं. आठ जणांचे आठ तांबे, परसराम यल्लमा दहा तांबे, आपल्या उभयंतांचे दोन असं बारा तांबे मोजून अंबलीला ठेवली आणि त्यात पीठ सोडलं. अंबील जमून आली. शिजवून खाली उतरली आणि रेणुकाला काय म्हणती,
दुबळी : रेणुका, जेवायला उठा जेवण तयार आहे.
रेणुका : दुबळे तुझ्या पोरांच्याकडं बघितलं की, माझा परसराम जेवत नाही. तवा

ती पोरं घे आणी बाहेर जा, तोपर्यंत मी जेवतो.

निवेदक : त्या वेळेला त्या दुबळीनं काय केलं. सर्व मुलं बाहेर घेतली. आणि एका वडाच्या झाडाच्या खाली जावून बसली. तंवर आदमायेनं एक पांची पक्वान्नाचं ताट भरून ठेवलं. त्यावर एक जस्ती रुमाल झाकून ठेवला आणि एक सोन्याची वाटी ठेवली. आणि आल्यावाटे स्वार झाली.

आदमाया म्हनते, 'दुबळी माझ्याकरता कष्ट करते.' तिला जन्माची भाकरी दिली पाहिजे, म्हणून तर रेणुका दुबळीच्या धाकट्या भावाच्या स्वप्नात जाती. आणि त्याला म्हणती, 'अरे देवगुंडा, तू इतकं राज भोगतोस आणि तुझी दुबळी कोंडू आगदी हाल वनवास भोगती. तिची तुम्ही विचारपूस कायच केली नाही. सकाळी ऊठ आणि तिच्या घराला जा. तिला तुझ्या दाराला घेऊन ये, आणि गावच्या खालती तुझी बारा बिघीन जमीन पडली आहे ति तुझ्या भनीच्या नावानं करून दे. तुझ्या पोटी मुलगा नाही. तुला मुलगा देतो. देवगुंड पाटील सकाळ उठून जागा झाला आणि दुबळीकडे गेला.

या येळेला पाटलाचे गडी पुढे आणि दुबळी त्यांच्या माग. दुबळीच्या मागं मुलं आणि तीन बोटाची लंगोटी घालून दुबळा सर्वांच्या मागे जाऊन भावाच्या दारात उभा राहिला.

गाणे : *देवगुंड पाटील तंतलनाना।।*
झोपाळ्यावरून उठला तंतलनाना।।
बहिनीच्या गळ्यांत तंतलनाना।।
भाऊ गं पडला तंतलनाना।।
माझ्या आक्का गं, आक्का ये तंतलनाना।।
तुला वनवास आलाय तंतलनाना।।
(त्या वेळेला भावानं बहिणीला घरात नेली.)

देवगुंडा : अरे रामा, पेठला जा आणि कापडाचं ठाण आण. आणि माझ्या भनीच्या पोरासनी कपडे शिवा. माझ्या मेव्हन्याला पेरावा करा. अगं दासी, माझ्या भनीला न्हायाला घाला. तिच्या जट्टाबट्ट्या फोडा अन् भरजरी शालू नेसायला द्या. अन् दागदागिने घालायला द्या. अन् पाची पक्क्वानं करून वाढा. (असं चार दिवस आनंदात गेल्यावर दुबळी काय म्हणते धाकट्या भावाला.)

दुबळी : देवगुंडा, अरे बाबा, आता हे घे, तुझं तुला संगळं. आन माझं मी आता जातो.

देवगुंडा : अक्का, तुला मी एक हात उचलून भाकरी देणार आहे, ती तू घ्यायला पाहिजे. गावच्या खालती बारा बिघीन जमीन पडलीया ती तुझ्या नावानं करून टाकतो.

(त्या वेळेला वहिनीच्या नावं तायपत्रिका करून दिल्या. त्याच वेळी वहिनीला सातमजली दामोदरी बांधून दिली. ते सगळं घेऊन दुबळी आपल्या-आपल्या घराला गेली.)

रेणुका : दुबळे, मी जातो आता.

दुबळी : अगं ए बाई, तू जिकडे जाशील तिकडे मी येणार. (रेणुकाच्या पाठी लागते.) धाकटा परिभ्रम आईच्या पाठी लागतो. रेणुका जाऊन सौंदत्तीच्या डोंगरात थांबते.)

रेणुका : दुबळे, कशाला आलीस इकडे ह्या पोराला घेऊन? परत जा बरं.

दुबळी : मी जात नाही. तू जाशी तिकडे मी येणार.

रेणुका : बरं दुबळे, तुला मानाचं स्थान देतो. 'गुळभावी सत्यवा' ह्या नावानं तुजी स्थापना करतो. भक्त माझ्या डोंगराला आला की, इथं लिंब नेसतील, तुला नारळ देतील, मग माझी जत्रा चढेल. (तिची स्थापना करून रेणुका डोंगरावर जायाला लागती. परिभ्रम रेणुकेचा पदर धरून म्हणतो, ए बाई, माझी काय वाट –)

रेणुका : बरं बाळ, चल. (त्याला डोंगराच्या पायथ्याशी नेती व त्याची तिकडे स्थापना करती. बाळ तुला इथं कोन 'कलिभ्रम' कोन 'बागलभ्रम' ह्या नावानं तुला नारळ फोडतील, असं म्हणून रेणुका डोंगरावर स्वार झाली.)

दोन तास कसे गेले हे कळले नाही. आवाज ऐकून शेजारी-पाजारीही येऊन बसले होते. सुरुवातीला मी एकटाच श्रोता होतो, पण पुढे ओळीतले भाविक येऊन बसले. भाविकांना कथा गोड लागली ह्यात नवल नव्हते, पण मीसुद्धा रंगून गेलो. कथा कळसाला पोहोचली. महिपाने माझ्या कपाळाला भंडारा चोळला. मंडळी उठली.

मी म्हणालो, "महिपा, कथा चांगली झाली. सगळ्यांनी कामं फक्कड वठवली. तू चौंडकं इतकं उत्तम वाजवितोस की, बोलून सोय नाही!"

"कशाचं सायेब! लंगट्यावाल्यास्नी रंगवायला हे बरं. तुमाला घेण्यासारकं त्यात हाय काय?"

घेण्यासारखे पुष्कळ होते.

मुळांत सगळ्या कथेची भाषा कशी निख्खळ मऱ्हाटी होती. तिच्यांत कोल्हापुरी ढंगही होता. स्त्रियाच काय पण रेणुकासुद्धा आलो-गेलो म्हणत होती. सामान्य लोकांनी ही आलो-गेलो ढब कोल्हापुरी खानदानी घराण्याकडून उचलली असावी. (मीच्या ऐवजी आम्ही म्हणायचे, तर आम्ही बसले असे होणार? 'आक्कासाब, इकडं या,' अशी आज्ञा झाल्यावर 'हो, आलो' असेच आक्कासाहेबांनी म्हणायला पाहिजे.)

अलीकडे ऐकू येत नाही, अशीच ही भाषा होती. 'बायकाच्या जातीला दोन घरं, मी सांगितलेल्या कामाची आन् दिल्या आन्नाची,' अशी सुंदर वाक्ये कथेत ठिकठिकाणी आढळत होती.

बरे, व्यक्तिरेखा कशा ठळक! भांड्याअभावी जमिनीच्या आळ्यांत मुलांना जेवू घालणारी, दिसायला खुळी-कावरी अशी ती कोंडू. तिला चंदनाचं अंथरूण

आणि चंदनाचं पांघरूण. तिचा तो दोन बोटाची लंगोटी लावणारा लाकुडतोड्या नवरा. मुळातच कर्तृत्व नसलेला, परिस्थितीने भित्रा बनलेला, काही पेचप्रसंग आला की, बायकोला तोंडावर देऊन तो आपला कुऱ्हाड खांद्यावर घेऊन रानात पळतो. धर्माने नवरा झाला म्हणून कोंडूने त्याला किती संभाळायचे? या जोडप्याची वखवखलेली, संख्येने जास्त असलेली मुले. आपण जेवताना त्याच्या भुकेल्या नजरा नकोत, असे रेणुकेलाही वाटले! ती श्रीमंतीने मग्रुरी आलेली भावयज लाडाई, बारा वर्षे बहिणीची भेट न झालेली ती गंगासागर बहीण. भेटल्यावर गंगासागर इतके अश्रू गाळते की, वाट तुंबते. तो धाकटा भाऊ (धाकटाच बरं का, थोरला नाही.) देवगुंडा. गरीब बहिणीला घरी आणून तो दासींना म्हणतो, हिला न्हाऊ घाला. फार दिवसांत तेलपाणी नाही. त्यामुळे हिच्या केसाच्या बटा झाल्या त्या फोडा आणि इतके दिवस चौकशीसुद्धा न करता राहिलेला तो भाऊ, देवीने मुलगा देतो म्हणताच, बहिणीला हात उचलून भाकरी देतो आणि बारा बिघे जमीन देतो. ती जहांबाज म्हातारी दासी बडी, तो पोळी खाणाराचीच टाळी वाजवणारा कुंभार, ती दरिद्री मैत्रिणीला जातेसुद्धा द्यायला तयार नसणारी मैत्रीण पार्वती, आणि मुख्य म्हणजे भक्ताचा छळ करणारी रेणुका. सगळे धनंतर सोडून ती या नाचाऱ्या गरीबाच्याच घरी जोगव्याला का आली कुणाला ठाऊक? पण नाना तऱ्हेने परवड झाली तरी गरीब कोंडूने सत्त्व नाही जाऊ दिले. नाना आपत्ती भोगल्या आणि शेवटी तिचे भले झाले.

मला वाटते, संध्याकाळच्या वेळी गावच्या पटांगणात बसून खेड्यातले लोक कथा ऐकत असतील तेव्हा आपल्याच जीवनाचे प्रतिबिंब त्यांना दिसत असेल. त्यांच्या वाट्याला जे खडतर आयुष्य आलेले आहे, तेही देवाने सत्त्व पाहण्यासाठी मुद्दाम दिले आहे; या परिसाला आपण अनुभवले तेव्हा, आपलेही भले होईल, सोन्याची ताट-वाटी आणि बारा बिघे जमीन आपल्यालाही मिळेल, असे वाटून येईल त्या संकटांना सोशीकपणे डोई देण्याचे बळ त्यांना येत असावे.

काहीही असो! महिपाची कथा; कथा म्हणून चांगली होती. तिने दोन तास माझी आणि इतरांची करमणूक केली हे मात्र खरं!

■

'मनोहर' मासिक

गा ठो डे

आजारी कावळ्यासारखा, शंकराच्या देवळाच्या पायरीवर बळीराम कोष्टी बसून असतो. त्याचे गुडघे उभे असतात. हाताच्या मिठीने बाकीचे शरीर ह्या गुडघ्यांशी बांधलेले असते. धुराळ्याने माखलेले आखूड केस, थोड्या वाढलेल्या दाढी-मिशा. मी इथे नाही, असा डोळ्यात भाव. अंगात फाटका, मळका शर्ट, खाली धोतर असा लहानसर बांध्याचा बळीराम गेली अठरा-वीस वर्षे असा गमवल्यासारखा झाला आहे. हीच त्याची बसण्याची जागा आहे. दुसरीकडे कुठे जात नाही, येत नाही. सकाळी तांबडे फुटल्यापासून लोक ओढ्याकडे जाऊ-येऊ लागतात, त्यांना पायरीवरचा बळीराम दिसतो. संध्याकाळी म्युनिसिपालिटीचा कंदील लावण्यासाठी दाढीवाला करीमबक्ष काखेत शिडी घेऊन कोष्टेगल्लीत येतो, त्यालाही बळीराम दिसतो. गस्तीचे शिपाई रात्री अकराला पहिली फेरी घेतात, त्या वेळेपर्यंत बळीराम तिथेच असतो. ऊन असो, पाऊस असो, थंडी असो, बळीराम आपली जागा धरून असतो.

दिवसातून काही वेळा, गुडघ्याभोवतीची मिठी सुटते. उजवा हात कपाळ चोळतो, बोटे कपाळ रगडतात. कधी-कधी डावा हात डोक्यावर थापट्या मारीत राहतो.

कधी लहर आली म्हणजे, पायरी सोडून बळीराम समोर चालत राहतो. चालताना दोन्ही हात छातीशी असतात, दाही बोटे आंधळी होऊन एकमेकांना चाचपडत असतात. चार-आठ पावले भराभरा पडतात मध्येच चाल अडखळते. पावले दिशाहीन होतात. पुन्हा सावकाश, पुन्हा भराभरा – इतके की, जणू धरणे पाठीमागे लागले आहे.

हल्ली, अंगावरच्या कपड्यांखेरीज बळीरामाची दुसरी इस्टेट नाही. नाही म्हणायला, एक लहानसे गाठोडे जवळ घेऊन बसतो. चौपदरी जुनेऱ्याचे हे गाठोडे आहे. त्यात काय आहे, हे कुणाला माहीत नाही. उन्हापावसात राहून-राहून, गाठोडे आकारहीन झालेले असते. कुजल्यासारखे, काळे, जीर्ण दिसते. बळीराम ते संभाळीत बसल्यासारखा दिसतो. ह्या गाठोड्याला कोणी हात लावीत नाही. उघडून पाहण्याची बुद्धी कुणाला होत नाही असे नाही; पण अशा उद्देशाने जवळ गेले की, पिल्लाला हात लावल्यावर मादी चवताळावी तसा बळीराम चवताळेल, फाडून खाईल. जागचा उठून निघाला तर गाठोडे उचलून खांद्याला लावतो. बसला की मांडीजवळ घेऊन बसतो. कधी-कधी गाठोडे जवळ दिसत नाही, कुठे दडवतो कुणाला ठाऊक!

बळीराम बसतो ही देवळाची चौकट वापरातील नाही. तटाच्या पाठभिंतीची आहे. ह्या पाठभिंतीशी समांतर गेलेल्या रस्त्याला कोष्टेगल्ली काटकोन करते. धुळीने भरलेल्या कोष्टेगल्लीतल्या रस्त्याच्या दोन्ही बाजूंना धाब्याची चाळीस-पन्नास घरे आहेत. काही नांदती, काही ओसाड. चुकूनमाकून निंबाचे, शेवग्याचे झाड एखाद्याच्या अंगणात आहे. पुष्कळ घरातून हातमाग चालतात. सटाक-फटाक आवाज सारखा येत असतो. मागच्या डबऱ्यात दिवसभर वाकून बसावे लागल्यामुळे बहुतेक कोष्टी पाठीत वाकले आहेत. गल्लीत क्षयरोग्यांचे प्रमाण बरेच आहे. बरेच खोकतकरी दिसतात. धुळीचा आणि गटाराचा वास गल्लीत असतो. रंगाचा आणि खळीचाही असतो. ह्या गल्लीतच बळीरामचे घर आहे. चार खण सोपा, चार खण माळी असलेले हे घर, बरीच वर्षे नांदते नसल्यामुळे बसले आहे. खिंडार राहिले आहे. जवळपासचे कोष्टी मध्येच माग थांबवून उघड्यावर येतात, ह्या खंडाराचा उपयोग मोरीसारखा करतात. बळीराम घरावरून गेला तरी घराकडे बघत नाही.

वेळी-अवेळी बळीराम गल्लीतल्या रस्त्यावर दिसला म्हणजे कुणी कोष्टी विचारतो, ''काय बळीराम, कुणीकडं?''

बळीराम उभा राहतो. बोलत नाही. अमकीकडे निघालो, असे शब्द कधी त्याच्या तोंडून बाहेर येत नाहीत.

''जेवण?''

बळीराम मानेनेच नाही म्हणतो.

''चल, जेव.''

कुणीतरी घरी नेऊन जेवू घालते. तो जेवून जाईपर्यंत घरातली माणसे अवघडल्यासारखी वावरतात. खालच्या आवाजात बोलतात. शर्टानं तोंड पुसून बळीराम पुन्हा पायरीवर येऊन बसतो.

कोष्टेगल्लीसमोर येऊन बळीराम बसतो. पण त्याची मान बहुधा डाव्या बाजूला वळलेली असते. कोष्टेगल्लीला काटकोनात गेलेल्या रस्त्याला एका बाजूला देवळाचा

तट आहे. दुसऱ्या बाजूला दोन-चार घरे आहेत. बया वाणिणीचे दुकान आहे. एक किरकोळ अंगाचे मांजराचे पोर गळ्यात बांगडी अडकवून वाणिणीच्या दुकानात फिरते. वाणिणीला दुसरे कोणी नाही. हे गावठी मांजराचे वातीसारखे पोर, जेव्हा तेव्हा दुकानाच्या फळीवरून रस्त्यावर उडी घेते आणि शेपूट वर करून बळीरामाच्या दिशेने रस्ता ओलांडू बघते. काटकीसारखी वाळलेली वाणीण मागून पळत येते आणि मधल्या मध्येच पोराला उचलून दुकानात नेते.

वाणिणीचे दुकान टाकून थोडे पुढे गेले की, देवळाच्या तटाचा कोपरा येतो, इथे रस्ता पुन्हा गावात जाण्यासाठी डावीकडे वळतो. सैली नायकिणीचा वाडा इथे आहे. पायरीवरल्या बळीरामाने डावीकडे मान फिरवली की, समोर हा दरवाजा दिसतो.

पिवळ्या-निळ्या वॉर्निशने रंगवलेला दरवाजा बराच वेळ बंद असतो. दिवसातून चार-दोन वेळा उघडतो. अगदी सकाळी उघडतो तेव्हा तोंडात बिडी धरलेला झेल्या बाहेर येऊन खळेभर जागेत शेणसडा घालतो. जराशाने पितळी घागर खांद्यावर घेऊन ओढ्याकडे निघतो. वाणिणीचे मांजर आडवे जाईल म्हणून तो देवळाच्या भिंतीकडेने विंचवासारखा तरातरा चालतो. झेल्या उंचीने ढांगुळा आहे. त्याच्या फासळ्या सळासळा करतात. तो सैलीच्या घरची झाडलोट, पाणी, धुणी, जेवणखाण करतो. तो नोकर नाही, तसे काही नातेही नाही. वयाने फार नसूनही तो म्हातारा दिसतो. ओढ्याकडे जाताना नेहमी त्याला बळीरामाच्या समोरून जावे लागते.

ओढ्यावर गेल्यावर कधी-कधी झेल्याला त्याची बायको बघते. ही बाई गावात मोलमजुरी करून पोट भरते, पण कोष्टेगल्लीतच राहते. बायको भेटल्यावर झेल्या तोंड फिरवतो. बायको बोटे मोडते, पुटपुटते, ''ह्या भाड्यानं माझ्या जन्माचं वाटोळं केलं!''

झेल्याला तिचे पुटपुटणे ऐकू येते. पण तो कधी काही बोलत नाही.

वर्षाचा दसरा आला म्हणजे सकाळी ओढ्यावर जाताना झेल्या बळीपाशी थांबतो. इकडेतिकडे कोणी नाहीसे बघून हळू आवाजात म्हणतो, ''आज दुपारचा कुठं जाऊ नकोस. बाईनं जेवायला बोलावलंय.''

बळीराम देवळातल्या आडावर जाऊन चार बादल्या पाणी अंगावर ओतून घेतो. ओल्याने देवाला पाणी घालून दंडवत घालतो. पुन्हा पायरीवर येऊन बसतो. ओले धोतर अंगावर वाळते. दुपारी बारा-एक वाजता झेल्या नवे कपडे घेऊन येतो. पायरीवर उभा राहूनच बळी नवे धोतर नेसतो, नवा अंगरखा घालतो – नवा फेटा डोक्याला गुंडाळतो. नवे फडके पायरीवर अंथरूण झेल्या ते जुने गाठोडे त्यावर ठेवतो आणि चारी कोपऱ्यांच्या गाठी मारून नवे करतो; ''आलो'' सांगून बळीचे काढलेले कपडे गोळा करतो. ओढ्यावर लांब जाऊन ते कपडे धारेत सोडून देतो.

आणि हात धुऊन, चूळ भरून परत येतो. बळीला घेऊन वाड्यात जातो.

सोप्यातच पान वाढतात. खीर-पोळी, वरण-भात असे चांगले चमचमीत जेवण असते. झेल्याच पान करतो आणि सोप्यात आणून ठेवतो. बसायला आणि पान ठेवायला पाट असतात.

बळीराम जेवत असतो. तेव्हा सैली पाच मिनिटे बाहेर येऊन झोपाळ्यावर बसते. तिची तब्बेत अलीकडे सुकत चालली आहे. गोरी-गोरी सैली पांढरट दिसू लागली आहे. जरीकाठी पिवळे पातळ तिच्या अंगावर असते. जरीकाठी चोळी असते. पदर डोक्यावरून असतो. कमरेचा चांदीचा करदोडा डाव्या बाजूला पातळाबाहेर काढलेला असतो. पायात जडशीळ तोडे असतात. गळ्यात एखाद दुसरा ठसठशीत दागिना असतो. चापून-चोपून विंचरलेल्या केसात केवड्याचे पान किंवा गुलाबाचे फूल असते. हिन्याचा वास दरवळतो.

पाच मिनिटे झोपाळ्यावर बसून ती बळीचे जेवण बघते. आणि मग शेवटचा टाका घालून झाल्यावर दाताने दोरा तोडावा तशी दृष्टी तोडून आत जाते.

त्या दिवशी दिवसभर सैली गप्पगप्प असते. उगीच टक लावून एका जागी बघते. खाण्याजेवण्यावर तिची वासना होत नाही. रात्री अंथरुणावर उशिरापर्यंत जागी राहून विव्हळते. झेल्या पाय रगडतो. मायेने विचारतो, ''का गं इव्हळतेस बाई?''

घाण चिंधी पायाने उडवल्यासारखे सैली बोलते, ''गप्प, काही विचारू नकोस मला.''

मुंबईच्या शेटकडून झालेली सैलीची एकुलती एक पोरगी आता न्हातीधुती आहे. ती शाळेत जाते, नाचायलाही शिकते. जेवायला आलेल्या बळीला बघितले म्हणजे ती चमकीचे नाक मुरडून आईला विचारते, ''आई, कशाला गं या वेड्याला जेवू घालतेस?''

सैलीचा चेहरा काळवंडून जातो. खोल आवाजात ती म्हणते, ''अगं, कुणी घालत नाही म्हणून!''

झेल्या एकांतात पोरीला दटावतो, ''असं विचारू नये. पुन्हा बोललीस तर मार खाशील!''

अंगावर नवे कपडे आणि कोऱ्या कपड्यात बांधल्यामुळे कोरे दिसणारे गाठोडे घेऊन बळीराम पायरीवर बसतो.

सैली सुकत-सुकत चालली आहे. दवापाणी घेत नाही. डॉक्टरांनी सांगितले की, दात सगळे काढून टाकावे लागतील; मग प्रकृती सुधारेल. तेव्हा 'नाही' म्हणून ती घरी आली. झेल्याला म्हणाली, ''त्यापेक्षा मरून जाईन.''

गेल्या वर्षीचा दसरा सुना गेला. बळीरामाला बोलावणे आले नाही. वाड्यात सणच झाला नाही. संध्याकाळी वाड्यात गडबड दिसली. मध्यान्ह्य रात्री रडारड ऐकू आली.

दोन दिवसांनी झेल्या बळीरामापाशी दुपारचा आला. जवळ बसला. म्हणाला, "कळलं का तुला? बाई गेली!"

तास-दीड तास दोघे शेजारी बसून राहिले.

मग बळीराम उठला. गाठोडे खांद्याला लावून चालू लागला. कुठे निघाला, म्हणून झेल्या मागून गेला.

ओढ्याच्या काठाकाठाने दोघे आगेमागे चालत होते. करंजाच्या सावलीला पडलेली गावडुकरे कुरकुरली.

झाडीतून गेलेल्या पायवाटेने चालत लांब गेल्यावर बळीरामने गाठोडे झेल्याजवळ देऊन म्हटले, "हे संभाळ."

"तू कुठे जातोस?"

आभाळाकडे बघून बळीराम बोलला, "बायकोकडं!"

"वेड्या, ती काय तुझी वाट बघत राहिली असंल इतकी वर्षं? कुठच्या गावी आहे, ते तरी ठाऊक आहे का?"

बळीराम "हं" म्हणाला आणि पाठ फिरवून चालू लागला.

झेल्या गप्प मागे फिरला. वर-खाली बघत डोहापर्यंत आला. डोहाकाठी गाठोडे घेऊन उभा राहिला.

हिरव्यानिळ्या डोहावर ऊन पडले होते. करंजाची वाळली पाने इथे-तिथे तरंगत होती. बेडक्या डोळे काढून बघत होत्या.

गाठोडे डोहात सोडावे असा झेल्याचा विचार होता. पुन्हा इकडेतिकडे बघून खडकावर बसला आणि गाठोडे सोडले. गाठीमागून गाठी सोडल्या. चाचपून पाहिले.

काही नव्हते. जुनी, कुजलेली फडकी, नुसत्या चिंध्या.

■

तालमीचे उद्घाटन

('बनगरवाडी' ह्या कादंबरीतील हा उतारा आहे. बनगरवाडी ही धनगर लोकांची वाडी. आधुनिक संस्कृतीच्या संस्कारांपासून सर्वथा दूर असणारे हे खेडे. त्याही खेड्यात चलनवलन निर्माण करण्याचा प्रयत्न कथेच्या नायकाने केला. गावाला एक तालीम असावी असा विचार तिथल्या भोळ्याभाबड्या लोकांना पटवून देणे अवघड होते. त्याचप्रमाणे त्यांचे त्या कामासाठी सहकार्यही मिळवणे कठीण होते. पण त्यांच्यात उत्साहाचा संचार होताच, सामाजिक जीवनात कसे चैतन्य निर्माण होते याचे वर्णन ह्या प्रकरणात उत्कृष्ट रीतीने केले आहे.)

माझा अंदाज साफ चुकला आणि तडाख्याने हाती घेतलेले तालमीचे काम मुंगीच्या गतीने पुढे सरकू लागले. इमारतीला लागणारे लाकूड जमविण्यात फार काळ गेला. खाणीतून काढून वडारांनी दगड दिले. पण ते गावात आणण्यास फार आटापिटा करावा लागला. बांधकामासाठी लागणारा चुना तालुक्याहून आणणे, त्याची घाणी काढणे, खिळेमोळे जमविणे या बारीकसारीक गोष्टींनी उगीच वेळ खाल्ला. मला कसलाच अनुभव नव्हता. त्यामुळे हा वेळ उगीच जातो आहे, असे वाटून मी काम करणाऱ्या लोकांवर ओरडे; पण वाडीच्या लोकांना या गोष्टी नित्याच्या होत्या. इमारतींचे, विहिरीचे काम खेड्यात काढले की, ते पुरे होणे हीच घटना महत्त्वाची. नाहीपेक्षा धडाडीने सुरू केलेली असली कामे वेळ घेऊनही अपुरी राहतात. घर बांधले जाते आणि दरवाजा राहतो. कधी खुंट्या राहतात. कधी जोते राहते. विहीर पुरी होते; पण कडे अर्धवटच राहते. दोन माचाडांपैकी एकच सुरू

होते. मग बांधणाराही जरुरीपुरते झाले, आता काही अडत नाही, उरले काम पुन्हा करू, अशा विचाराने सैल पडतो. अर्धे काम पुढे कधीच पुरे होत नाही. अशी अर्धीमुर्धी कामे हरेक खेड्यात कितीतरी आढळतात. वाडीच्या लोकांना हे ठाऊक होते. त्यामुळे काम झपाट्याने होत नाही, ह्याची खंत त्यांना वाटत नव्हती. रोजची आपली कामे करून ते तालमीकडे बघत होते.

या व्यापात भूक, झोप याचा विचार न करता मी रखड-रखड रखडलो. आठ-आठ दिवस दाढी नाही, वेळच्या वेळी अंघोळ नाही, जेवण नाही असे फार घडू लागले. सुटीचा दिवस असला तरी मला घरी जाणे जमेना. चुना, घाणी, दगड, लाकूड, पायरी, कोपऱ्या, तुळया, खांब याशिवाय दुसरा विषय डोक्यात नाही, असे झाले.

वाडीतल्या बैलगाड्या मोडल्या, दगड वाहून वाहून बैलजोड्या खचल्या. गवंड्यांनी केलेल्या ठोकाठोकींनी गावाचे कान किटले. रस्तोरस्ती कपऱ्या झाल्या. ढलप्यांचा ढीग पडला.

हेलपाटे मारून मारून पायपीट करून आयबूच्या पायाला कुरपे झाली. पडेल ते काम उचलल्यामुळे त्याचे अंग झडले. मुलखाचा चुकार असलेला आनंदासुद्धा कामसू झाला. धावपळीची कामे करू लागला. तालमीच्या कामात गढल्यामुळे बापाचे घराकडे फार दुर्लक्ष होते अशी तक्रार रामाचा पोरगा करू लागला. कारभाऱ्याच्या कुणबाव्याची आबाळ होऊ लागली. तालमीच्या कामाची झळ सर्वांना पोहोचली. वाडीत असे एकही घर राहिले नाही की ज्याचा संबंध या बांधकामाशी आला नाही.

यात दुसरी सुगी गेली. एक वर्ष हां-हां म्हणता गेले. लोकांची नांगरटीची कामे संपली. मेंढक्यांनी मेंढरे कातरली, लोकर निघाली. धनगरणींनी ती पिंजली. चातीवर, चरख्यावर कातली. सुताचे चोबे बाजारात विकून त्याचे पैसे केले. वर्षाची लुगडी घेतली. मेंढक्यांना पटके, धोतरे, अंगरखी घेतली. कुणी लोकर सणगरांना दिली आणि जाडजाड घोंगड्या विणून घेतल्या. मेंढरांची दुसरी वेते झाली. पहिली पोरे आईला ओळखेनाशी झाली. उन्हाळा संपला, पावसाळा येऊ लागला, आता तालमीचे बांधकाम मात्र पुरे झाले नाही. मी स्वतःवर चिडलो, दुसऱ्यावर चिडलो; पण कामाची गती वाढली नाही.

बाहेरचे लोक म्हणू लागले की, हे काम आता पुरे होणार नाही. मास्तरने फुकट धनगरांना तसदी दिली. पैशाचा नास केला. मुळात आधी तालमीची गरज काय? मूठभर लोक असलेल्या गावात तालीम पाहिजे कशाला? खेळणारी पोरे रानात खेळतील, वाळूत खेळतील. पहिलवान निवडून यायचा असेल त्यातून येईल. तालीम नाही म्हणून तो थोडाच थांबतो? तालमीचे हे सगळे सोंग मास्तराने आणले आहे ते पैसे खाण्यासाठी. पगारावर भागत नाही म्हणून असे काहीतरी काढून धनगरे

हुलीवर घालायची आणि स्वत:च्या खिशात पैसा ओतावयाचा!

शेवटी कावून मी वर लिहून कळविले की, 'तालमीचे काम पुरे झाले आहे. हुजुरांनी कृपाळू होऊन वाडीस भेट द्यावी आणि तालमीचे उद्घाटन करावे.' हे टपाल मी पोस्टात टाकले आणि वाडीतल्या मंडळींना जाहीर केले की, सरकारस्वारी या महिन्यात येणार आहे. तालीम पुरी करा किंवा त्यांना समोर जाऊन सांगा की, आमची चुकी झाली. हे बांधकाम पुरे होत नाही!

दादू बलट्या अजून अंथरुणावर होता. त्याची बायको आणि म्हातारी देवऋषी, गंडे, ताईत करीत होत्या आणि त्याचा काही उपयोग होत नव्हता. स्वत: बलट्या स्वस्थ पडून होता. तो दोन्ही वेळा खायला चांगले देण्याविषयी ओरड करी. मी खूप खाईन, दूध-तूप, साखर-चपाती खाईन, बकरे, कोंबड्या खाईन आणि एके दिवशी फिरून जवान होऊन उठेन, असे त्याचे म्हणणे होते. त्याच्या आग्रहाप्रमाणे घरातली माणसे त्याला खाऊ घालीत असत; पण ते बापड्या बालट्याच्या पोटात ठरत नसे. खाल्ले अन्न त्याच्या अंगी लागत नव्हते. आणि जवान होऊन जागचा उठत नव्हता.

बाळा बनगर अजून पांढरीपुढे नमते घेत नव्हता. गाव त्याची नाना परीने अडवणूक करीत होता आणि चिवट बाळा अजून होता त्याच जागी स्थिर होता.

शेकू आणि त्याचा मुंडा हात. उंच बायको रानात राबत होती. कारभाऱ्याची अंजी भिरभिरत्या डोळ्यांनी गावात हिंडत होती. आनंदा बारक्या-बारक्या चोऱ्या करून गुजराण करीत होता. रामा बनगरचे रिकामपण तसेच कायम होते. वासाने लांडगा हेरणारा त्याचा म्हातारा अजून मेंढरामागे जात होता.

वाडीतले तरणेबांड मेंढके सकाळी उठून मेंढरामागे जात होते. दिवसभर रानात हिंडून संध्याकाळी घरी येत होते. मेंढरे जुळवीत होते. आणि रात्री सावध झोप घेत होते. धनगरणी भाकरी भाजीत होत्या, सूत कातीत होत्या आणि मुलांना पाजीत होत्या.

असे सर्व चालले होते. आणि एके दिवशी मी सरकारात कळविले त्याचे उत्तर आले. वीस एप्रिल या तारखेस हुजुरांची स्वारी वाडीस भेट देईल, असे कळविण्यात आले आणि मग झपाट्याने चक्रे फिरू लागली.

एक दिवसाआड एक अधिकारी तालुक्याहून येऊ लागला आणि पाहणी करून जाऊ लागला. तालुक्याहून वाडीला येणारा रस्ता चांगला तयार करण्यात आला. फूटवाटेपाशी पांढरे दगड ठेवून वाडीची वाट दाखविण्यात आली. म्युनिसिपालिटीचे लोक आले आणि एके दिवशी वाडीतली सगळी भटकी कुत्री त्यांनी मारून टाकली. उकिरडे हलविण्याचा हुकूम केला. घरागणिक तो अमलात आणला. शाळेच्या इमारतीची डागडुजी होऊन तिला चुना देण्यात आला. केरकचरा घाण जिथे-जिथे होती, तिथे-तिथे लोटून झाडून स्वच्छता झाली. अधिकारी म्हणाले की, गावात

शिरताना महाराज एखाद्या वेळी सुरुवातीला लागणाऱ्या रामोशवाड्यात जातील. एखाद्या घरात शिरून चौकशी करतील. तेव्हा रामोशवाडा साफ लख्ख करण्यात आले. रामोशांनी आपली घरे लख्ख केली, तेव्हापासून धनगरणींनाही साळा आला. आणि त्यांनी पण उभेकडी सारवण घातली. अनेक दिवसात कधी बाहेरून न लिंपलेली, न सारवलेली घरे सारवली गेली, लिंपली गेली. काही घरे ढासळली होती त्यांचे दगड रस्त्यावर आले होते, ते उचलून नीट रचण्यात आले. थोड्या धाकाने, काही खुशीनेही असे हे कधी न होणारे काम होऊ लागले. स्वच्छ अंघोळ करून केस नीट विंचरून अंगभर कपडे घातलेल्या धनगराच्या पोरांसारखी वाडी दिसू लागली.

आणि तालमीचे कामही जवळजवळ पुरे होत आले. भिंती चढल्या, खांडे चढली; दांडे पडले. गवड्यांनी आपले काम पुष्कळच संपवले. राहता राहिले सुतारांचे. ते मात्र अजून फळ्या रंधीत होते. खुंट्या कातीत होते. चौकटी जोडीत होते.

प्रत्यक्ष पंत सरकार आपल्या गावात येणार या जाणिवेने खरोखरीच धनगरवाडीत बदल झाला. राजाच्या येण्याविषयी उदासीन असा एकही माणूस राहिला नाही. वाडीतल्या धनगरांपैकी कुणीही अद्यापि राजा बघितला नव्हता आणि तो प्रत्यक्ष वाडीत येणार होता, ही घटना अघटित होती. त्यामुळे एक नवीन चैतन्य वाडीत आले होते. आजूबाजूच्या खेड्यांना असूया वाटू लागली होती. कधी वाडीकडे ढुंकूनही न बघणारे अधिकारी पाटील, कुलकर्णी, मामलेदार, फौजदार यांना वाडीला यावे लागत होते. पण जो-जो दिवस जाऊ लागले तो-तो अधिकाऱ्यांचे जास्त हेलपाटे होऊ लागले. तो-तो आमची धांदल होऊ लागली. सभेसाठी टेबल आणा, खुर्च्या आणा, हार, तुरे आणा – शाळेतल्या मुलांना नीट कपडे शिवा. गावातल्या लोकांना हजामती करून यायला सांगा. राजा येण्यापोटी अनेक भानगडी आल्या आणि त्या धावत-पळत आम्ही पुऱ्या करू लागलो.

ही धावाधाव शेवटच्या मिनिटापर्यंत चालली....

दुसरे दिवशी सकाळी साडेआठ वाजता उद्घाटन समारंभ होता आणि अद्याप तालमीवर पेंड टाकला नव्हता. दुपारचे तीन वाजले होते आणि अजून इमारत वरून उघडी होती. वेळ निश्चित झाली. मी गडबडून गेलो. ऐन वेळी जर ही वरून उघडी इमारत बघितली तर महाराज काय म्हणतील? माझी सगळी अब्रू जाईल, वाडीचे हसे होईल – असे वाटून मी अगदी गडबडून गेलो आणि कारभाऱ्यांना जाऊन म्हणालो, ''गावाची अब्रू जाणार कारभारी. तालमीवर पेंड अजून पडला नाही आणि स्वारीतर उद्या सकाळी येणार.''

कारभारी गडबडीने म्हणाला, ''आं? काय म्हणतुस पोरा? अरं, मग बोलाव

– गाव जमीव, चिखूल कर. पेंडाला काय येळ लागतोय?''

धावाधाव झाली. कामधाम सोडून वाडी एकत्र झाली. चिखल झाला. चिखलापासून तालमीच्या धाब्यापर्यंत शे-पाऊणशे माणूस उभे राहिले. आणि पेंड टाकण्याचे काम सुरू झाले. उघडेबंब धनगर चिखलाचे गोळे भराभर एकमेकांच्या हातात फेकू लागले. तालमीवर पेंड पडू लागला. शेजारच्या गावातून बोलावून आणलेले व्हरल डफडे वाजवू लागले आणि त्या तालावर 'हां-हू', 'घे-घे', 'आला रे आला' असे ओरडत आरोळ्या ठोकत लोक काम करू लागले. डफड्याने घाई घातली होती आणि दीड-दोनशे हात काम करीत होते.

संध्याकाळ झाली, अंधार पडला. अगोदरच व्यवस्था असल्यामुळे गॅसच्या बत्त्या पेटल्या आणि त्यात काम चालू झाले. काम करून-करून लोक आंबले. थोडी ढिलाई आली की कारभारी ओरडे, आयबू आरोळ्या मारी आणि पुन्हा नेट येई. गोंधळ चालला होता. सारे गाव जागत होते. तोरणे बांधली जात होती. सरकार वेशीत येताच त्यांना एकवीस बैलांच्या रथातून आणायचे होते, त्यासाठी बैल गोळा होत होते. रथ शृंगारला जात होता. बंदोबस्तासाठी पोलीस अधिकारी अगोदरच आले होते. ते उगीच दमदाटी करत होते. स्वारी उद्या येणार आणि अद्याप तुमची तयारी नाही, याबद्दल काळजी व्यक्त करीत होते. आणि पेंड टाकायचे काम बत्त्या लावून चाललेले होते.

मध्यान्ह रात्र टळून गेली. काम आवाक्यात येऊ लागले आणि एकाएकी वर कडेला उभे राहून चिखलाचे गोळे झेलणारा आयबू खाली कोसळला! दगडाच्या राशीवर कोसळला. 'मेलो... मेलो,' असे भयंकर ओरडला. मी शाळेत उद्याच्या समारंभाची जुळवाजुळव करीत बसलो होतो. कारभारी त्या रथाच्या मागे होता. रामा तोरणे लावीत होता. आयबू पडला तेव्हा आमच्यापैकी कोणीच हजर नव्हते. तो पडला आणि तत्काळ बेशुद्ध झाला. पेंड टाकायचे काम थांबले. सर्व जण आपली जागा सोडून आयबूभोवती गोळा झाले.

'मुलाणी मेला – मुलाणी मेला!' असा ओरडा झाला. अगोदरच गोंधळ, आरडाओरड इतका झाला होता की, आम्ही जवळपास असूनही या ओरड्याचा पत्ता कुणाला लागला नाही. आनंदा धावत कारभाऱ्यापाशी गेला आणि म्हणाला, ''आयब्या मुलानी पडलाय, त्याला झेंडू फुटलाय!''

तालमीपाशी कारभाऱ्याचे काम थांबलेले बघितले तेव्हा तो म्हणाला, ''अरं, तुमी गप का? मुलानी पडलाय, पडू द्या. तुमी कामाला लागा!''

आणि त्याने लोकांना हाकून पेंड टाकायला लावले. आयबूला उचलून माझ्या खोलीत नेऊन टाकले आणि काम सुरू झाले. पहाटेचा कोंबडा ओरडला होता, उजाडायला आले होते. आता फाँऽ करून मोटार येणार होती. कुणाला मरायलासुद्धा

सवड नव्हती. तिथे रडायला काय असणार? कांदा फोडून आयबूला हुंगायला दिला, माथ्यावर पाणी मारले. आयबू डोळे उघडीना, तेव्हा दार ओढून घेऊन कारभारी बाहेर आला आणि कामाला लागला. हे लग्नकार्यच होते. मेले मढे झाकून ते उरकणे आवश्यक होते!

पेंड टाकून पुरा झाला आणि टळटळीत उजाडले. अंघोळी करण्यासाठी चिखलाने बरबटलेली अंगे धुण्यासाठी लोक विहिरी-ओढ्यावर गेले.

चार-सहा रामोश्यांना वाटेने पुढे पिटाळले. शिंगवाला उंच झाडावर बसविला. लांब मैल-दोन मैलांवर मोटार दिसताच त्यांनी इशारा करावा असा संकेत ठरला.

आणि बरोबर आठ-सव्वाआठच्या सुमारास खुणेचे शिंग वाजले. 'आले... आले... सरकार आले,' म्हणून धावाधाव झाली. पोरे काखेला मारून धनगरणी वेशीकडे धावू लागल्या. बंदोबस्तासाठी पुढे आलेल्या शिपायांनी त्यांना दटावून परत पाठविले. रथाला बैल जुंपून आम्ही तयार झालो. राजा गावात येताच गावच्या पाटलाने हातात एक नारळ आणि रुपाया घेऊन त्यांना सामोरे जायचे असा रिवाज होता. आमच्या वाडीला पाटील नव्हता आणि कुलकर्णीही नव्हता. तेव्हा सरकारस्वारी येणार म्हणून आलेला शेजारच्या गावचा पाटील लुडबुडू लागला. मी त्याला गप्प केले आणि तांबडे भडक मुंडासे आणि खळीचा वास येत असलेला कोरा गाल अंगरखा घातलेल्या आमच्या कारभाऱ्याने नारळ द्यावा, असे ठरवून टाकले. वेशीशी आरत्या घेऊन काही सुवासिनी उभ्या राहिल्या. वरचेवर टाचा वर करून टेकावर मोटार दिसते का, हे काही लोक पाहात होते. आवाज स्पष्ट ऐकू येत होता. वाटेवर बसविलेली रामोशांची पोरे धावत-पळत आली आणि धापा टाकीत त्यांनी सांगितले, ''आली मोटार, मावल्या आईच्या टेकापाशी आली!''

सर्वांनी टोप्या, पटके नीट केले. अधिकाऱ्यांनी कोटाची बटणे लावून शर्ट खाली ओढले आणि रस्त्यावर उभ्या असलेल्या शिपायांनी शिट्ट्या फुंकल्या. सरकारांची तांबडी पाटी असलेली कोरी चकचकीत गाडी वेशीत येऊन उभी राहिली. मी लगबगीने पुढे झालो. शिक्षणाधिकारी सोबत होते. सरकारांना लवून नमस्कार करताच ते म्हणाले, ''हे इथले मास्तर.''

अंगठ्यानी भरलेले हात जोडून सरकार म्हणाले, ''जय देवा!''

सगळे भराभर वाकले. धनगरांनी जमिनीला हात लावून आपल्या राजाला नमस्कार केला.

मग मामलेदार पुढे झाले आणि आदबशीरपणे म्हणाले,

''इथून गावात रथातून यावं, असं म्हणणं आहे –''

सरकार म्हणाले, ''हो, हो जाऊ ना.''

हुजऱ्याने दार उघडले, महाराज बाहेर आले. गोरापान भव्य असा आपला राजा

धनगरांनी पाहिला. त्याच्या डोक्यावर तांबडी भडक पगडी होती, अंगात खादीचा पांढराशुभ्र लांब कोट होता. खाली शुभ्र सुरवार होती. पायात तांबडा भडक जोडा होता. झगमगीत काठ असलेली उपरण्याची पट्टी त्याच्या रुंद छातीवर होती. मोठमोठे डोळे, तरतरीत नाक, शुभ्र होत चाललेल्या भरघोस मिशा असलेला राजा काठीचा आधार घेत रथाकडे चालला आणि धनगराच्या बायका एकमेकींना म्हणाल्या, ''राजा ठकला! त्येला आता काठीवर चालावं लागतंय!''

मी कारभाऱ्याला खूण केली. त्यांनी धीराने पुढे होऊन नारळ रुपाया असलेले ताट पुढे केले. राजाने त्याला हात लावला आणि कारभाऱ्याच्या खांद्यावर एक हात ठेवून म्हटले, ''काय पाटील, बरे आहे ना?''

कारभारी अदबशीरपणे हसला आणि मान हलवीत म्हणाला, ''होय जी सरकार, होय जी सरकार!''

राजाने मग रथावर चढतानाही कारभाऱ्याच्या खांद्याचा आधार घेतला. रथात बसताच बैल धरून राहिलेल्या लोकांनी इशारा केला. बैल रथ ओढू लागले. शिंगे वाजली. सनई ताशा वाजला. धनगरांनी राजाच्या नावाचा जयजयकार केला. शाळेतल्या मुलांनी 'राजा चिरायु होवो!' असे म्हटले. पुढे आलेल्या सुवासिनींनी आरत्या ओवाळल्या. राजा गावात आला. तीस-पस्तीस खोपटे असलेल्या ह्या गावात राजा आला!

तालमीचे बंद दार राजाने आपल्या हाताने उघडले. पुन्हा शिंगे वाजली. वाजंत्रीवाल्यांनी गजर केला. ती मोठी तालीम, हौदा, लाल माती बघून राजाला आनंद झाला. तो म्हणाला, ''कुठाय तो मास्तर?''

मी हात जोडून उभा राहिलो.

''छान, छान केलंस रे मुला हे तू! काय नाव तुझे?''

मी म्हणालो, ''राजाराम विठ्ठल सौंदणीकर.''

मामलेदारांनी खुलासा केला, ''विठ्ठल धोंडोचा मुलगा. बारनिशी कारकून आहेत आपल्या इथं.''

सरकार म्हणाले, ''अस्सं! चांगलं आहे, उत्तम आहे! ज्ञानाबरोबर बलोपासना पाहिजेच.''

माझा ऊर आनंदाने भरून आला. अंगावर झर्रकन काटा उठून गेला. घशात आवंढा आला; मला वाटले की, आपल्या डोळ्यांना पाणी येणार. तालमीतल्या मारुतीला महाराजांनी स्वत: नारळ फोडला आणि मग सभा सुरू झाली. मी माझे भाषण लिहून काढले होते, ते स्पष्ट शब्दांत वाचून दाखविले. वाचताना माझी छाती धडधडत होती.

तालमीत खेळण्याच्या निमित्ताने मुले एकत्र यावीत, खेळण्याबरोबरच त्यांना

शाळेची गोडी लागावी या उद्देशाने आम्ही तालीम बांधण्याचा हा खटाटोप केल्याचे मी सांगितले. गावकऱ्यांनी तालमीसाठी जे परिश्रम केले, जो कौतुकास्पद उत्साह, एकी दाखविली, त्याची मी प्रशंसा केली आणि श्रीमंतांनी आशीर्वाद द्यावेत असे म्हणून भाषण संपविले.

मग राजेसाहेबांनी छोटेसे भाषण केले. ते म्हणाले, ‘‘माझ्या या मेंढपाळ मुलांनी या एवढ्या वस्तीत अशी सुंदर तालीम बांधली हे बघून माझा ऊर आनंदाने, अभिमानाने भरून आला आहे. बलोपासना आणि ज्ञानसंवर्धन हे माझ्या संस्थानाचे ध्येय आहे. संस्थानातील विद्यार्थी म्हटला की, त्याची छाती रुंद असावी, बाहू पिळदार असावेत, बुद्धी तल्लख असावी असा माझा आग्रह आहे. तो आग्रह मी सतत बोलून दाखवित असतो. माझे हे बोलणे इथल्या धनगरांपर्यंत पोहोचले असेल, याची मला कल्पना नव्हती. ते पोहोचले आहे आणि प्रत्यक्षातही उतरले आहे, हे बघून मी चकित झालो आहे. तुमच्या या राजाची छाती दोन इंच जास्त फुगली आहे. जगदंबा तुम्हाला सद्बुद्धी देवो! तुमचे कल्याण करो!’’

मग मी आभार मानले. सर्वांचे कृतज्ञतापूर्वक आभार मानले. मुलांनी ‘वंदे मातरम्’ म्हटले आणि समारंभ संपला. महाराजांची मोटार धूळ उडवीत निघून गेली. सायकलीवरून, बैलगाड्यांतून इतर अधिकारी निघून गेले. समारंभ संपला तरी धनगरांचा आनंद संपला नाही. राजा कसा दिसला, कसा बोलला याची चर्चा घरोघर चालू झाली. ते जागोजागी टोळकी करून मोठमोठ्याने बोलत राहिले. हा आनंद त्यांना कितीतरी दिवस पुरणार होता.

या सगळ्या समारंभात फक्त दोघे जण आले नाहीत. बाळा धनगर आणि दादू बेलट्या. बाळाला राजा येणार हे समजले, बघायला चला म्हणून कोणी बोलले, तेव्हा तो म्हणाला, ‘‘माझं काम सोडून मी येत न्हाई. राजा आला असंल, तो काई माझी चूल चालवीत न्हाई.’’

बलट्याचा सारखा तडफडाट चालला होता, पण त्याला उठणे शक्य नव्हते. कारभाऱ्याला घरी बोलावून तो म्हणाला, ‘‘मला राजाला बगायला यायचं हाय रे. पाटकुळी घेऊन तिथपतूर चला कुनी.’’

पण कारभाऱ्याला भीती वाटली. हा आचरट माणूस काहीतरी बोलेल. मारल्याचे सांगेल. म्हणून त्याने त्याला येऊ दिले नाही. बलट्याने सर्वांना शिव्या घातल्या, आरडाओरडा केला, पण त्याच्याकडे कुणी लक्ष दिले नाही.

समारंभ संपला आणि मला कुणीसे सांगितले की, आयबू तालमीवरून पडला. जबरदस्त मार लागलाय. त्याला ओढून खोलीत टाकलाय. माझ्या आनंदावर एकदम विरजण पडले. घाबऱ्याघुबऱ्या मी घरी आलो. कडी उघडून आत गेलो.

पालथा होऊन आयबू घोंगड्यावर पडला होता. माझ्या काळजाचा थरकाप

झाला. राजा गावात यावा म्हणून आयबूने आपला बळी दिला का?

मी मोठ्याने ओरडलो, "आयबू – आयबू – आहेस का?"

त्याला पालथ्याचा उताणा करून मी त्याच्या तोंडाकडे बघितले. त्याचे डोळे बटणासारखे दिसत होते. सावकाश होणारा त्याचा उच्छ्वास माझ्या गालांना जाणवत होता. क्षणभर उघडलेले डोळे त्याने पुन्हा मिटून घेतले आणि तो विव्हळला.

मी विचारले, "आयबू, तुला काय झाले? फार लागलं का? आयबू, अरे तुला काय होतंय?"

आयबूने डोळे उघडले. खोल आवाजात तो म्हणाला, "मास्तर, राजा आला का?"

"अरे आला. येऊन गेलासुद्धा. तुला काय झालं? कसा पडलास?"

आयबूचा चेहरा विलक्षण दुःखी झाला.

तो म्हणाला, "राजा आला, आमाला बघायला नाही मिळाला –" आणि उताण्याचा पालथा होऊन तो पुन्हा पडून राहिला.

■